ചോദ്യം നിസ്സാരം
ഉത്തരം അറിയാമോ?

chodyam nisaram utharam ariyamo

•

t r anilkumar

•

first *edition*
november 2007

•

revised edition
march 2013

•

typesetting & published
chintha publishers, thiruvananthapuram

•

cover
vinod

വിതരണം

ദേശാഭിമാനി ബുക്ക് ഹൗസ്

H O തിരുവനന്തപുരം–695 035
phone: 0471-2303026, 6063026
www.chinthapublishers.com
chinthapublishers@gmail.com

ബ്രാഞ്ചുകൾ

ഹെഡ്ഡാഫീസ് ബ്രാഞ്ച് കുന്നുകുഴി • സ്റ്റാച്യു തിരുവനന്തപുരം • കെ എസ് ആർ ടി സി ബസ് സ്റ്റേഷൻ ആലപ്പുഴ • കെ എസ് ആർ ടി സി ബസ് സ്റ്റേഷൻ എറണാകുളം • മച്ചിങ്ങൽ ലെയിൻ തൃശൂർ • ഐ ജി റോഡ് കോഴിക്കോട് • മാവൂർ റോഡ് കോഴിക്കോട് • എൻ ജി ഒ യൂണിയൻ ബിൽഡിങ് കണ്ണൂർ • സെൻട്രൽ ബസ് ടെർമിനൽ കോംപ്ലക്സ് താവക്കര കണ്ണൂർ

CR - 1241 / 3154

ചോദ്യം നിസ്സാരം ഉത്തരം അറിയാമോ?

ടി ആർ അനിൽകുമാർ

ചിന്ത പബ്ലിഷേഴ്സ്
തിരുവനന്തപുരം-695 035
വില : ₹ 100

ടി ആർ അനിൽകുമാർ

കൊച്ചി ഇടപ്പള്ളി വടക്കുംഭാഗം ചിത്തിരയിൽ ടി കെ രാജപ്പൻനായരുടെയും കെ ബി ജാനകി അമ്മയുടെയും മകൻ. കേരള സർവകലാശാലയിൽനിന്ന് ബിരുദവും കേരള പ്രസ് അക്കാദമിയിൽനിന്ന് ജേർണലിസം ആൻഡ് മാസ് കമ്യൂണിക്കേഷനിൽ പി ജി ഡിപ്ലോമയും. ഇപ്പോൾ *ദേശാഭിമാനി* കൊച്ചി എഡിഷനിൽ ചീഫ് സബ് എഡിറ്റർ.

ഭാര്യ : ആർ സജിത
മക്കൾ : ആർദ്ര, ആർച്ച
email : teeyaranil@gmail.com

ഉള്ളടക്കം

മുഖവുര

***ചോ**ദ്യം നിസ്സാരം ഉത്തരം അറിയാമോ?* എന്ന ലഘുഗ്രന്ഥത്തിന്റെ പരിഷ്കരിച്ച പുതിയ പതിപ്പാണിത്. ആദ്യ പുസ്തകത്തോടുള്ള നിങ്ങളുടെ ആവേശകരമായ പ്രതികരണം തന്നെയാണ് ഈ രണ്ടാംഭാഗത്തിനുള്ള പ്രചോദനവും.

രണ്ടാം ശനിയാഴ്ച അവധിയായത് എങ്ങനെ?, വാച്ചിലെ സമയം 10:10, എം എസ് സുബ്ബലക്ഷ്മി ആലപിച്ച *സുപ്രഭാതം* രചിച്ചതാര്? ശബരിമലയിൽ നട അടയ്ക്കുമ്പോൾ ആലപിക്കുന്ന *ഹരിവരാസനം* എഴുതിയതാര്? ഇടതുപക്ഷം എന്ന പ്രയോഗം എങ്ങനെ വന്നു? എന്നിങ്ങനെ നമുക്ക് ഏറെ പരിചിതമായ, എന്നാൽ ഉത്തരം എവിടെയോ ഒളിഞ്ഞു കിടക്കുന്ന കൊച്ചു കൊച്ചു ചോദ്യങ്ങൾക്കുള്ള വലിയ വലിയ ഉത്തരങ്ങളായിരുന്നു കിളിവാതിലുകൾ.

എല്ലാ വ്യാഴാഴ്ചയും പ്രസിദ്ധീകരിക്കുന്ന 'കിളിവാതിൽ' സപ്ലിമെന്റിൽ 'സംവാദം' പംക്തിയിൽ 2003 മുതൽ 2006 വരെ പ്രസിദ്ധീകരിച്ച വിഷയങ്ങളിൽ ഏറ്റവും കൂടുതൽ ചർച്ച ചെയ്യപ്പെട്ടവയാണ് *ചോദ്യം നിസ്സാരം, ഉത്തരം അറിയാമോ?* എന്ന ആ ആദ്യ പുസ്തകത്തിന്റെ പ്രമേയം.

എന്നാൽ 'സംവാദം' പിന്നെയും തുടരുകയാണ്. ചിറാപുഞ്ചിയുടെ പുതിയ പേരെന്താണ്?, എന്താണ് വാലന്റീയൻസ് ദിനത്തിന് ആ പേരു വന്നത്?, റിപ്പോ നിരക്കും റിവേഴ്സ് റിപ്പോ നിരക്കും എന്താണ്? മുതലക്കണ്ണീർ മുതല കരയുന്നത് തന്നെയാണോ? എന്നിങ്ങനെ 2006 മുതൽ 2009 ജൂൺ വരെ ഈ പംക്തിയിൽ വായനക്കാരുടെ ചോദ്യങ്ങളിലൂടെ വന്ന ഏറെ പ്രധാനവും വ്യത്യസ്തവുമായ വിഷയങ്ങളാണ് ഈ രണ്ടാം ഭാഗത്തിൽ. ഈ സംവാദം ഇവിടെ തീരുന്നില്ല. ഇതിൽ കൈകാര്യം ചെയ്ത പല വിഷയങ്ങളിലും ലോകം പറഞ്ഞുനിർത്തിയതിനുമപ്പുറം പുതിയ

വിവരങ്ങൾ മനുഷ്യനും ശാസ്ത്രവും പുറത്തുകൊണ്ടുവരികയാണ്. സംവാദത്തിന്റെ തുടർലക്കങ്ങളിലൂടെ, അറിവിന്റെ മഹാപ്രവാഹത്തിലെ രസകരമായ മുത്തുകളെ നമുക്കു ഇനിയും വാരിയെടുക്കാം. അവസാനിക്കാത്ത അന്വേഷണത്തിന്റെ ആരംഭമായി ഈ ചെറുപുസ്തകത്തെയും സ്വീകരിക്കുമെന്ന പ്രതീക്ഷയോടെ നിങ്ങൾക്കു സമർപ്പിക്കുന്നു.

ടി ആർ അനിൽകുമാർ

ചിറാപുഞ്ചിയുടെ പുതിയ പേരെന്താണ്?

ചിറാപുഞ്ചി ഒരു ദൃശ്യം

ചിറാപുഞ്ചിയെ അറിയാത്തവരുണ്ടാകില്ല. ഏറ്റവും കൂടുതൽ മഴ പെയ്യുന്ന പ്രദേശമെന്ന നിലയിൽ ലോകപ്രശസ്തമായ ചിറാപുഞ്ചി സോഹ്റ (sohra) എന്നാണ് പേരു മാറ്റിയത്. മേഘാലയത്തിലെ കിഴക്കൻ കുന്നിൻ പ്രദേശമായ ഇതിന്റെ പുരാതനമായ പേരുതന്നെയാണ് വീണ്ടും സർക്കാർ സ്വീകരിച്ചിരിക്കുന്നത്. ബ്രിട്ടീഷ് ഭരണകാലത്താണ് സോഹ്റയ്ക്ക് ചിറാപുഞ്ചിയെന്നു പേരിട്ടത്. 2007 ൽ വീണ്ടും പഴയ പേര് സ്വീകരിക്കുകയായിരുന്നു.

ഒരു മാസത്തിലെ ഏറ്റവും കൂടിയ മഴ, ഒരു വർഷത്തിലെ ഏറ്റവും കൂടിയ മഴ എന്നീ റെക്കോഡുകൾ ചിറാപുഞ്ചിക്കു സ്വന്തമാണ്. ഒരു മാസത്തിലെ ഏറ്റവും കൂടിയ മഴയുടെ റെക്കോഡാണ് 1861 ജൂലൈയിൽ ഇവിടെ രേഖപ്പെടുത്തിയ 9300 എം എം. ഒരു വർഷത്തിലേത് 1860 ആഗസ്ത് ഒന്നു മുതൽ 1861 ജൂലൈ 31 വരെ രേഖപ്പെടുത്തിയ 26461 എംഎം മഴയും.

മേഘാലയയിലെ തന്നെ മൗസിൻറം എന്ന പ്രദേശവും ഏറ്റവും കൂടുതൽ മഴ പെയ്യുന്ന സ്ഥലമാണ്. ഇവിടത്തെ ശരാശരി വാർഷിക മഴ 11430 എം എം ആണ്. ഹവ്വായി ദ്വീപിലെ കൗവ്വായി മേഖലയും ഏറ്റവും കൂടുതൽ മഴ പെയ്യുന്ന പ്രദേശമാണ്. ഇവിടത്തെ ശരാശരി വാർഷിക മഴ 11684 എം എം.

അന്തകൻ വിത്ത്

ടെർമിനേറ്റർ ടെക്നോളജി എന്താണ്? അന്തകൻ വിത്ത് എന്നും പറയാറുണ്ടല്ലോ?

അത്യുൽപ്പാദനശേഷിയും രോഗപ്രതിരോധശേഷിയും ഉണ്ടാകത്തക്കവിധം ജനിതകവ്യതിയാനം വരുത്തിയ വിളകൾ ഉണ്ടാക്കുന്ന പരീക്ഷണം 1998 ൽ അമേരിക്കൻ ശാസ്ത്രജ്ഞർ വികസിപ്പിച്ചെടുത്തു. ജനിതക എൻജിനീയറിങ് ഉപയോഗിച്ച് വിത്തുകൾ ഉൽപ്പാദിപ്പിക്കുന്ന ഈ രീതിക്ക് ഗുർട്ട് (Genetic Use Restriction Technology - GURT) എന്നാണ് പേരിട്ടത്. എന്നാൽ ഇത്തരം വിത്തുകൾ ഒറ്റത്തവണ കൃഷി ചെയ്ത് വിള ഉൽപ്പാദനം നടത്താമെന്നല്ലാതെ വീണ്ടും കൃഷിയിറക്കാൻ കഴിയില്ല. ജനിതകവിത്തുകൾ ഉൽപ്പാദിപ്പിക്കുന്ന ബഹുരാഷ്ട്ര കമ്പനികളുടെ 'ബൗദ്ധികസ്വത്തവകാശം' സംരക്ഷിക്കാനും കർഷകർ ഒരോ തവണയും അവരിൽനിന്നുതന്നെ വിത്ത് വാങ്ങാനുമാണ് ഇങ്ങനെ അവയുടെ പ്രത്യുൽപ്പാദനശേഷിക്ക് അന്ത്യം വരുത്തുന്നത്. അതുകൊണ്ട് ഇത്തരം വിത്തുകളെ ഉൽപ്പാദിപ്പിക്കുന്ന രീതിക്ക് ടെർമിനേറ്റർ 'ടെക്നോളജി'യെന്നും വിത്തുകൾ 'അന്തകൻ വിത്ത്' എന്നും പറയുന്നു. മോൺസാന്റോപോലുള്ള കമ്പനികൾ ഇത്തരം വിത്തുകളാണ് ഉൽപ്പാദിപ്പിക്കുന്നത്.

ഡി എൻ എ

ഡി എൻ എ ടെസ്റ്റ് എന്നാൽ എന്ത്? ഇതിന്റെ വിശ്വാസ്യത എത്ര മാത്രമാണ്? ഇന്ത്യയിൽ ഈ ടെസ്റ്റ് നടത്താൻ എവിടെ സൗകര്യമുണ്ട്?

ഡി എൻ എ അഥവാ ഡിഓക്സീറൈബോ ന്യൂക്ലിക് ആസിഡ് എന്നാണ്. ലളിതമായി പറഞ്ഞാൽ, ജനിതകവ്യതിയാനം സംബന്ധിച്ച എല്ലാ വിവരങ്ങളും സൂക്ഷിച്ചിരിക്കുന്ന തന്മാത്ര എന്നു പറയാം. ഒരു വ്യക്തിയുടെയോ ജീവകോശത്തിന്റെയോ ശരീരത്തിലടങ്ങിയ ഡി എൻ എയെ അടിസ്ഥാനമാക്കി നടത്തപ്പെടുന്ന പരീക്ഷണസങ്കേതമാണ് ഡി എൻ എ ടെസ്റ്റ്. ഡി എൻ എ ടൈപ്പിങ്, ഡി എൻ എ പ്രൊഫൈലിങ്, ജെനറ്റിക് ഫിംഗർ പ്രിന്റിങ്, ഡി എൻ എ ഫിംഗർ പ്രിന്റിങ് എന്നീ പേരുകളിലും ഇത് അറിയപ്പെടുന്നുണ്ട്. വിരലടയാളം എന്നത് ഓരോ വ്യക്തിക്കും പ്രത്യേകമായിരിക്കുന്നതുപോലെ ഓരോ വ്യക്തിയിലെയും ഡി എൻ എക്കുള്ളിലെ ചില ഭാഗങ്ങൾ മറ്റൊരാളിലും കാണപ്പെടാത്ത തരത്തിൽ വ്യ

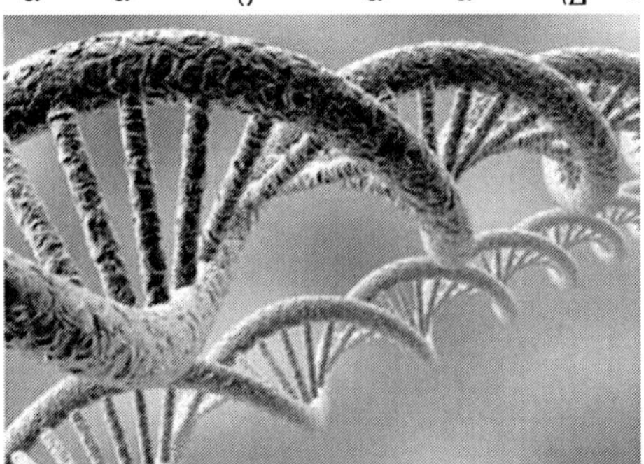

ഡി എൻ എ മാതൃക

ത്യസ്തമായിരിക്കും. ഒരേതരത്തിൽ ആവർത്തിച്ചുവരുന്ന ഡി എൻ എ ഘടകങ്ങളുടെ ഈ ക്രമം ഓരോ വ്യക്തിയിലും സവിശേഷമായുള്ളതാണ്. മിനി സാറ്റലൈറ്റുകൾ എന്നറിയപ്പെടുന്ന ഇവയുടെ താരതമ്യത്തിലൂടെയാണ് ഡി എൻ എ ടെസ്റ്റ് നടത്തുന്നത്. ഡി എൻ എ ടെസ്റ്റ് നടത്തുന്നതിന് ഉപയോഗിക്കുന്ന വിവിധ മാർഗങ്ങൾക്കനുസരിച്ച് ഇതിന്റെ വിശ്വാസ്യത ഏറിയും കുറഞ്ഞുമിരിക്കും. ആർ എഫ് എൽ പി എന്നറിയപ്പെടുന്ന റെസ്ട്രിക്റ്റഡ് ഫ്രാഗ്മെന്റ് ലെങ്ത് പോളിമോർഫിസം എന്ന സങ്കേതമാണ് ഇതിൽ ഏറ്റവും വിശ്വാസയോഗ്യമായി കണക്കാക്കുന്നത്. 10,000 കോടിയിൽ ഒന്ന് എന്ന നിലയിലേ തെറ്റ് ഇതിൽ ഉണ്ടാകുന്നുള്ളൂ. കുറ്റവാളികളെ കണ്ടെത്താനും പിതൃത്വം തെളിയിക്കാനും ഡി എൻ എ ടെസ്റ്റ് ഉപയോഗിക്കാറുണ്ട്. അടുത്തകാലത്തായി ചെടികളുടെ വർഗീകരണം കുറ്റമറ്റതാക്കാനും ഇത് ഉപയോഗിച്ചുവരുന്നു. ഇന്ത്യയിൽ ഹൈദരാബാദ് ആസ്ഥാനമായ സെന്റർ ഫോർ സെല്ലുലാർ ആൻഡ് മോളിക്യുലർ ബ യോളജി (സി സി എം ബി)യിൽ ഇതിന് സൗകര്യമുണ്ട്. കടുവകളുടെ എണ്ണം തിട്ടപ്പെടുത്തുന്നതിന് ഡി എൻ എ ടെസ്റ്റ് ഉപയോഗിക്കുന്നതിലൂടെ ഇവർ അടുത്തകാലത്ത് ശ്രദ്ധ നേടിയിരുന്നു. ഒരു വ്യക്തി ഉപയോഗിക്കുന്ന സാധനങ്ങൾ (ടൂത്ത്ബ്രഷ്, റേസർ ബ്ലേഡ്...), ശരീരദ്രവങ്ങൾ (രക്തം, വിയർപ്പ്, യോനീദ്രവം, ഉമിനീര്, ശുക്ലം) മുതലായവ ഡി എൻ എ ടെസ്റ്റിന് സാമ്പിളായി ഉപയോഗിക്കാം.

നാർക്കോ അനാലിസിസ്

ബ്രെയിൻ മാപിങ്, നാർക്കോ അനാലിസിസ്, പോളിഗ്രാഫ് എന്നീ പരിശോധനകൾ തമ്മിലുള്ള വ്യത്യാസമെന്താണ്?

നുണപരിശോധനയെന്ന് പൊതുവിൽ അറിയപ്പെടുന്ന ആധുനിക കുറ്റാന്വേഷണരീതികളാണ്. പോളിഗ്രാഫ് ടെസ്റ്റ്, ബ്രെയിൻ ഫിംഗർ പ്രിന്റിങ്, നാർക്കോ അനാലിസിസ് എന്നിവ. അമേരിക്കയിലെ ഡോ. ലോറൻസ് എ ഫാർവെൽ കണ്ടുപിടിച്ച ബ്രെയിൻ ഫിംഗർ പ്രിന്റിങ് അമേരിക്കൻ ഫെഡറൽ ബ്യൂറോ ഓഫ് ഇൻവെസ്റ്റിഗേഷനും മറ്റും കുറ്റമറ്റതാണെന്നു വ്യക്തമാക്കിയിട്ടുണ്ട്. മനുഷ്യന്റെ മുഴുവൻ പ്രവർത്തനങ്ങളുടെയും കേന്ദ്രബിന്ദു മസ്തിഷ്കമാണെന്നതാണ് ഇതിന്റെ അടിസ്ഥാനതത്വം. പ്രതിയുടെ തലച്ചോറിലെ വൈദ്യുതതരംഗങ്ങളെ കംപ്യൂട്ടർ സെൻസറിന്റെ സഹായത്തോടെ അപഗ്രഥിച്ച് കുറ്റകൃത്യത്തിൽ അയാൾക്കുള്ള പങ്ക് കണ്ടെത്താനാകും.

കുറ്റകൃത്യസ്ഥലത്തുനിന്ന് ലഭിക്കുന്ന വിരലടയാളങ്ങൾ സംശയിക്കുന്ന വ്യക്തിയുടെ വിരലടയാളവുമായി ഒത്തുനോക്കുന്നതുപോലെ രക്തക്കറയിലെ ഡി എൻ എയും കുറ്റവാളിയുടെ ഡി എൻ എയുമായി താരതമ്യപ്പെടുത്തുന്ന രീതിയാണ് ബ്രെയിൻ ഫിംഗർ പ്രിന്റിങ്.

പോളിഗ്രാഫ് ടെസ്റ്റിൽ ഒരാൾ കള്ളം പറയുമ്പോൾ അയാളുടെ രക്തസമ്മർദം, ശരീരോഷ്മാവ്, ശ്വാസോച്ഛ്വാസം, നാഡിമിടിപ്പ് എന്നിവയിലുണ്ടാകുന്ന മാറ്റങ്ങൾ പോളിഗ്രാഫ് യന്ത്രം അടയാളപ്പെടുത്തുന്നു.

അടുത്തകാലത്തായി ഇന്ത്യയിൽ പല കേസുകളിലും നാർക്കോ അനാലിസിസ് ഉപയോഗിക്കപ്പെടുന്നു. സംശയിക്കപ്പെടുന്നവർക്കും സാക്ഷികൾക്കും പ്രത്യേക മരുന്ന് കുത്തിവച്ച് അർധബോധാവസ്ഥയിലാക്കിയശേഷം ചോദ്യങ്ങൾ ചോദിച്ച് അടിച്ചമർത്തിവച്ച വികാരങ്ങളും ചിന്തകളും ഓർമകളും പുറത്തുകൊണ്ടുവരികയാണ് നാർക്കോ അനാലിസിസിൽ ചെയ്യുന്നത്. ആശുപത്രിയിൽ അനസ്തേഷ്യന്റെയും സൈക്കോ അനലിസ്റ്റിന്റെയും സാന്നിധ്യത്തിലായിരിക്കും ഈ പരിശോധന. ബംഗളൂരുവിലെ നാഷണൽ ഇൻസ്റ്റിറ്റ്യൂട്ട് ഓഫ് മെന്റൽ ഹെൽത്ത് ആൻഡ് ന്യൂറോ സയൻസസി (നിംഹാൻസ്)ലാണ് പ്രധാനമായും നാർക്കോ അനാലിസിസ് നടത്തുന്നത്.

അറബിക്കടലിന്റെ റാണി

'അറബിക്കടലിന്റെ റാണി' എന്ന് കൊച്ചി അറിയപ്പെടാൻ കാരണമെന്താണ്?

അറബിക്കടലിന്റെ തീരത്തെ തുറമുഖപട്ടണമായ കൊച്ചിയുടെ മനോഹാരിതയും പ്രാധാന്യവും കണക്കിലെടുത്ത് കൊച്ചിക്ക് 'അറബിക്കടലിന്റെ റാണി' എന്ന് 1936 ൽ കൊച്ചി ദിവാനായിരുന്ന ആർ കെ ഷൺമുഖം ചെട്ടി വിശേഷണം നൽകിയതായി ചരിത്രം പറയുന്നു.

ബാ ബാ ബ്ലാക്ക് ഷീപ്പ് ...ട്വിങ്കിൾ ട്വിങ്കിൾ

ബാ ബാ ബ്ലാക്ക് ഷീപ്പ് എന്നു തുടങ്ങുന്ന നേഴ്സറി ഗാനംഎഴുതിയത് ആരാണ്? ട്വിങ്കിൾ, ട്വിങ്കിൾ ലിറ്റിൽ സ്റ്റാർ...എന്നു തുടങ്ങുന്ന കവിത എഴുതിയതാരാണ്?

ഇംഗ്ലീഷിലെ പ്രശസ്തമായ ട്വിങ്കിൾ, ട്വിങ്കിൾ എന്നു തുടങ്ങുന്ന നേഴ്സറി ഗാനം കവയിത്രിയും നോവലിസ്റ്റുമായ ജാനി ടെയ്‌ലർ എഴുതിയതാണ്. 1806 ൽ ജാനി ടെയ്‌ലറും സഹോദരി ആനും പ്രസിദ്ധീകരിച്ച കവിതകളുടെ സമാഹാരമായ *ദി സ്റ്റാർ* എന്ന പുസ്തകത്തിലാണ് ഇത് ആദ്യം വന്നത്.

കുട്ടികൾക്കായുള്ള ഇംഗ്ലീഷ് നാടോടിഗാനങ്ങളിൽ പ്രശസ്തമായ ബാ ബാ ബ്ലാക്ക്ഷീപ്പ് എന്ന ഗാനത്തിന്റെയും ചരിത്രം വാമൊഴിയായി പ്രചരിച്ച നാടോടി നേഴ്സറി ഗാനങ്ങളുടേതാണ്. അജ്ഞാതരായ പലരുടെയും നേഴ്സറി/നാടോടി ഗാനങ്ങൾ സമാഹരിച്ച് പ്രസിദ്ധീകരിക്കുന്ന *മദർഗൂസ്* എന്ന പുസ്തക പരമ്പരയിലെ ഒരു ശതമാനമാണ് ഇത്. 1740കളിൽ പ്രചരിച്ചതാണ് ഈ ഗാനം എന്നു കരുതുന്നു. 1720 കളിൽ ഇംഗ്ലീഷ് ഭാഷയിൽ ആരംഭിച്ചതാണ് ഈ *മദർഗൂസ്* പരമ്പര.

ജാനി ടെയ്‌ലർ

ഹലോ

ഹലോ എന്ന വാക്കിന്റെ ഉത്ഭവം എങ്ങനെയാണ്?

എഴുതുന്നത് വ്യത്യസ്തരീതിയിലാണെങ്കിലും ഉച്ചാരണത്തിൽ 'ഹലോ' എന്ന വാക്ക് ആളുകൾ പരസ്പരം അഭിവാദ്യം ചെയ്യാനും ഫോൺ സംഭാഷണങ്ങളുടെ തുടക്കത്തിൽ അഭിസംബോധന ചെയ്യാനുമാണ് ഉപയോഗിക്കുന്നു. Hello എന്ന വാക്ക് Hullo എന്ന ഇംഗ്ലീഷ് വാക്കിൽനിന്നാണ് രൂപം കൊണ്ടതെന്നു കരുതുന്നു. റഷ്യൻ ഭാഷയിൽ allo, എന്നും സ്പാനിഷിൽ hola, എന്നും ഭാഷയിൽ haloo എന്നും പ്രയോഗിക്കുന്നു.

അലക്സാണ്ടർ ഗ്രഹാബെൽ

Hello എന്ന വാക്ക് രേഖപ്പെടുത്തിക്കാണുന്നത് 1588 ലാണ്. Hello, hullo എന്നിവയുടെ ആദിരൂപങ്ങളായി കരുതുന്ന hollo 1542 ൽ ആൻഡ്രൂ ബൂർഡെയുടെ Acompendious regyment or a dyetary of helth- എന്ന പുസ്തകത്തിൽ രേഖപ്പെടുത്തിക്കാണുന്നു. ടെലിഫോൺ കണ്ടുപിടിച്ചുകൊണ്ട് അലക്സാണ്ടർ ഗ്രഹാംബെൽ അത്ഭുതത്തോടെ ആദ്യം പറഞ്ഞ വാക്ക് എന്ന നിലയിലാണ് 'ഹലോ' ലോകവ്യാപകമായി പ്രചരിച്ചത്.

ചുവപ്പുനാട

'ചുവപ്പുനാട' എന്ന പ്രയോഗത്തിന്റെ തുടക്കം എവിടെയാണ്?

ചുവപ്പുനാട എന്ന പ്രയോഗത്തിന്റെ കൃത്യമായ തുടക്കം ലഭ്യ

മല്ലെങ്കിലും ഔദ്യോഗികരേഖകൾ/രഹസ്യരേഖകൾ എന്നിവ ചുവന്ന റിബൺ കെട്ടി സൂക്ഷിക്കുന്ന പതിവിൽനിന്നാണ് സർക്കാർ നടപടികളുടെ അനാവശ്യകാലതാമസത്തിന് 'ചുവപ്പുനാട' എന്ന പ്രയോഗം വന്നതെന്നു കരു തുന്നു. 16–ാം നൂറ്റാണ്ടിൽ റോമിൽ വത്തിക്കാൻ രേഖകളും പരാതികളും ചുവന്ന റിബണിട്ടു കെട്ടിവച്ചിരുന്നുവെന്ന് ഏമൺഡഫിയുടെ *സെയിന്റ്സ് ആൻഡ് സിന്നേഴ്സ്, എ ഹിസ്റ്ററി ഓഫ് പോപ്സ്* എന്ന പുസ്തകത്തിൽ പറയുന്നു.

17ഉം 18ഉം നൂറ്റാണ്ടുകളിൽ തോമസ് കാർലെയും ചാൾസ് ഡിക്കൻസും തങ്ങളുടെ പുസ്തകങ്ങളിൽ ഉദ്യോഗസ്ഥമേധാവിത്വത്തെ കളിയാക്കാൻ 'ചുവപ്പുനാട' പ്രയോഗിച്ചതായി കാണാം.

നോട്ടിക്കൽ മൈൽ

എന്തുകൊണ്ടാണ് കടലിലെ ദൂരം അളക്കാൻ നോട്ടിക്കൽ മൈൽ ഉപയോഗിക്കുന്നത്?

കരയിൽ ഒരു പ്രത്യേക സ്ഥലത്തുനിന്ന് എത്ര അകലെയാണ് കടലിന്റെ സ്ഥാനം എന്നറിയാൻ അളക്കുന്നത് 'നോട്ടിക്കൽ മൈൽ' എന്ന അളവിലാണ്. ഏതു ദിശയിലേക്കാണെങ്കിലും ഏകദേശം ഒരു മിനിറ്റ് അക്ഷാംശം ദൂരം എന്ന അർഥത്തിലാണ് നോട്ടിക്കൽ മൈൽ ഉപയോഗിക്കുന്നത്. ഒരു നോട്ടിക്കൽമൈൽ 1852 മീറ്റർ ആണ്. ഇന്റർനാഷണൽ ഹൈ ഡ്രോഗ്രാഫിക് ബ്യൂറോ 1929 ൽ അംഗീകരിച്ചതാണ് ഈ അളവ്.

ഒറിഗാമി

ഒറിഗാമിയുടെ ഉത്ഭവം എവിടെയാണ്

ഒറിഗാമി

കടലാസുകൾ വിവിധ രൂപത്തിൽ മടക്കി മനോഹരമായ കൗതുകവസ്തുക്കൾ നിർമിക്കുന്ന കലയാണ് 'ഒറിഗാമി' (origami). ഒറി (folding) എന്നാൽ മടക്കുക. ഗാമി (gami) എന്നാൽ കടലാസ്. പുരാതന ജാപ്പനീസ് കലയായാണ് ഇത് അറിയപ്പെടുന്നത്. ചൈനയിൽ പേപ്പർ മടക്കി നിർമിച്ച കലാരൂപങ്ങളിൽനിന്നാണ് ഇതിൻെറ തുടക്കമെങ്കിലും ഒരു കലയെന്ന നിലയിൽ വളർന്നതും വികസിച്ചതും ആറാം നൂറ്റാണ്ടിൽ ജപ്പാനിലാണ്. ചൈനയിൽ നിന്ന് ബുദ്ധസന്യാസിമാർ കൊണ്ടുവന്ന കടലാസ് ഉപയോഗിച്ചാണ് ജപ്പാനിൽ ഇതിൻെറ തുടക്കമെന്നു കരുതുന്നു.

മേയർ

മേയർ എന്ന വാക്ക് ഏതു ഭാഷയിൽ നിന്നു വന്നതാണ്?

വലിയവൻ, മഹാൻ എന്നർഥമുള്ള maior എന്ന ലാറ്റിൻ വാക്കിൽ നിന്നാണ് ഇംഗ്ലീഷിലേക്ക് മേയർ എന്ന വാക്ക് വന്നത്. പിന്നീട് നഗരത്തിന്റെ പ്രഥമ പൗരൻ എന്ന നിലയിൽ ഇംഗ്ലീഷ് രാജ്യങ്ങളിൽ ഉപയോഗിച്ചു പോന്നു.

സൈലന്റ് വാലി

സൈലന്റ് വാലിക്ക് ആ പേരുവരാൻ കാരണം?

സൈലന്റ് വാലിക്ക് ആ പേരുവന്നതിനെക്കുറിച്ച് പല വാദങ്ങളുമുണ്ട്. 1847 ൽ ഈ പ്രദേശത്തിന്റെ പ്രത്യേകതകൾ കണ്ടെത്തിയ ഇം ഗ്ലീഷ് ശാസ്ത്രജ്ഞൻ റോബർട്ട് വിറ്റ് അവിടത്തെ ശാന്തമായ അന്തരീക്ഷം സൂചിപ്പിക്കാൻ നിശ്ശബ്ദ താഴ്‌വര എന്ന അർഥത്തിൽ 'സൈലന്റ് വാലി' എന്ന് വിളിച്ചുവെന്ന് ഇതു സംബന്ധിച്ച ഗ്രന്ഥങ്ങളിൽ പറയുന്നു. ചീവീടുകളുടെ ശബ്ദംപോലും ഇല്ലാത്ത ശാന്തമായ വനം എന്ന നിലയിൽ സൈലന്റ് വാലി പ്രശസ്തമാണ്. സൈരന്ധ്രി നദിയുടെ സാന്നിധ്യം കൊണ്ട് അനുഗൃഹീതമായ ഈ വന ത്തിന്റെ ആദ്യകാല പേര് സൈരന്ധ്രീവനം എന്നായിരുന്നു.

സൈലന്റ് വാലിയിലെ ഒരു ദൃശ്യം

അന്റാർട്ടിക്കയിലെ ഇന്ത്യൻ തപാൽ ഓഫീസ്

അന്റാർട്ടിക്കയിൽ ഇന്ത്യ സ്ഥാപിച്ച പോസ്റ്റ് ഓഫീസ് ഏത് പേരിലറിയപ്പെടുന്നു?

ദക്ഷിൺ ഗംഗോത്രി പോസ്റ്റ് ഓഫീസാണ് ഇന്ത്യ സ്ഥാപിച്ചത്. ഇത് ഗോവ പോസ്റ്റൽ റീജണിനു കീഴിലാണ്. ഇന്ത്യ അന്റാർട്ടിക്ക പര്യവേക്ഷണ പദ്ധതിയുടെ ഭാഗമായി 1981 ൽ ദക്ഷിൺ ഗംഗോത്രി എന്ന സ്ഥിരം സ്റ്റേഷൻ സ്ഥാപിച്ചു. 1983ലാണ് ഇവിടെ പോസ്റ്റ് ഓഫീസ് സ്ഥാപിച്ചത്.

പ്ലാസ്റ്റർ ഓഫ് പാരീസ്

പ്ലാസ്റ്റർ ഓഫ് പാരീസ് നിർമിക്കാനുപയോഗിക്കുന്ന വസ്തു എന്താണ്? ആ പേരു വരാൻ കാരണമെന്താണ്?

ജിപ്സം (കാത്സ്യം സൾഫേറ്റ് ഡിഹൈഡ്രേറ്റ്) 120നും 150നും ഇടയ്ക്ക് ഡിഗ്രി സെൽഷ്യസിൽ ചൂടാക്കിയാണ് പ്ലാസ്റ്റർ ഓഫ് പാരീസ് നിർമിക്കുന്നത്. കാത്സ്യം സൾഫേറ്റ് ഹെമിഹൈഡ്രേറ്റ് എന്നാണ് പ്ലാസ്റ്റർ ഓഫ് പാരീസിന്റെ രാസനാമം. പാരീസിലെ മോണ്ട്മാത്രെയിൽ വൻ ജിപ്സം ശേഖരം ഉണ്ടായിരുന്നു. അങ്ങനെയാണ്ഇതിന് ഈ പേരു വന്നതെന്നു കരുതുന്നു.

നീഗ്രോകൾ

ആഫ്രിക്കക്കാരെ നീഗ്രോകൾ എന്നു വിളിക്കുന്നതെന്തുകൊണ്ട്?

കറുത്ത എന്നർഥം വരുന്ന സ്പാനിഷ്, പോർച്ചുഗീസ് ഭാഷയിലെ വാക്കാണ് നീഗ്രോ (negro). പിന്നീടിത് ഇംഗ്ലീഷ് ഭാഷയിലും പ്രചാരത്തിൽ വന്നു.

കുതിരശക്തി

എഞ്ചിനുകളുടെ കുതിരശക്തി എന്നു പറയുന്നതെന്താണ്, ഒരു കുതിരശക്തി എത്രയാണ്?

ആവി എഞ്ചിൻ കണ്ടുപിടിച്ച ജെയിംസ് വാട്ട് തന്റെ യന്ത്രത്തിന്റെ ശക്തി എത്രയെന്ന് അറിയാത്തതുകൊണ്ട് ജനങ്ങൾ പരമ്പരാഗത രീതിയിൽനിന്ന് മാറുന്നില്ലെന്നു മനസിലാക്കി. നവീകരിച്ച ആവി എഞ്ചിൻ കണ്ടുപിടിച്ചപ്പോൾ ജനങ്ങൾക്ക് മനസിലാകുന്ന രീതിയിൽ എഞ്ചിന്റെ പവർ (ശക്തി) എത്ര കുതിരശക്തി (എഞ്ചിൻ എത്ര കുതിരയുടെ ശക്തിയുള്ള ജോലി ചെയ്യുമെന്ന്) യാണെന്നു വ്യക്തമാക്കാൻ തീരുമാനിച്ചു. ഇതിനായി ഒരു കുതിരശക്തി എത്രയെന്നു നിർവചിച്ചു. ഒരു കുതിര ഒരു മിനിറ്റിൽ 330 പൗണ്ട് ഭാരം 100 അടി ഉയർത്തുമെന്നു ഉറപ്പുവരുത്തുകയും ഒരു കുതിരശക്തി 33000 പൗണ്ട് എന്ന് നിശ്ചയിക്കുകയും ചെയ്തു. ഒരു കുതിരയെ വീൽ കറക്കി വൈദ്യുതി ഉൽപ്പാദിപ്പിക്കുന്ന ട്രെഡ് മില്ലിന്റെ ചക്രം കറക്കാൻ കെട്ടിയിട്ടാൽ ഒരു അവസരത്തിൽ 746 വാട്ട് വൈദ്യുതി ഉൽപ്പാദിപ്പിക്കുന്നതുകൊണ്ട് ഒരു കുതിരശക്തി വാട്ടിൽ പറയുമ്പോൾ 746 വാട്ട് എന്നു നിശ്ചയിച്ചു.

ഗയാന

1957ലെ കേരളത്തിലെ ഇ എം എസ് സർക്കാരിനു തൊട്ടുമുമ്പ് കമ്യൂണിസ്റ്റ് പാർട്ടി അധികാരത്തിൽവന്ന ഗയാനയിൽ ആരുടെ നേതൃത്വത്തിലാണ് സർക്കാർ രൂപീകരിച്ചത്? ആ സർക്കാരിനു പിന്നീട് എന്ത്

സംഭവിച്ചു? അവിടെ ഇപ്പോഴത്തെ അവസ്ഥയെന്താണ്?

സ്പാനിഷ്, ഫ്രഞ്ച്, ഡച്ച്, ബ്രിട്ടീഷ് കോളനി വാഴ്ചകളിലൂടെ കടന്നുപോന്ന ഗയാന എന്ന കൊച്ചു രാജ്യത്ത് 1953 ൽ നടന്ന ആദ്യ തെരഞ്ഞെടുപ്പിൽ, 1950 ൽ രൂപീകരിച്ച പീപ്പിൾസ് പ്രോഗ്രസീവ് പാർട്ടി (പിപിപി)യുടെ നേതാവായാണ് ഡോ. ചെദ്ദി ജഗൻ ഭരണസാരഥ്യത്തിൽ വന്നത്. അന്നും ബ്രിട്ടീഷ് ഭരണത്തിനു കീഴിൽ പരിമിത ഭരണമായിരുന്നതിനാൽ സഭാനേതാവായി തിരഞ്ഞെടുക്കപ്പെട്ട ചെദ്ദി ജഗൻ ചീഫ് മിനിസ്റ്റർ ആയി. കമ്യൂണിസ്റ്റ് കാഴ്ചപ്പാടുള്ള ജഗന്റെ ഭരണത്തിൽ സാമ്രാജ്യത്വ ശക്തികൾക്ക് താൽപ്പര്യമില്ലാതിരുന്നതിനാൽ അഞ്ചു മാസത്തെ ഇടവേളയ്ക്കുശേഷം ബ്രിട്ടീഷുകാർ ഭരണഘടന റദ്ദാക്കുകയും സർക്കാരിനെ പിരിച്ചുവിടുകയും ചെയ്തു. 1955 ൽ പിപിപി സാമ്രാജ്യത്വ ഇടപെടലുകളുടെ ഫലമായി വംശീയമായി വിഭജിക്കപ്പെട്ടു. ഇന്ത്യൻ വംശജർ കൂടുതൽ പിപിപിയും കറുത്തവർഗക്കാർ പീപ്പിൾ നാഷണൽ കോൺഗ്രസും രൂപീകരിച്ചു. 1961ൽ സ്വയംഭരണം ലഭിച്ചപ്പോൾ ബ്രിട്ടീഷ് ഗവർണറുടെ കീഴിൽ ഡോ.ചെഡി ജഗൻ പ്രധാനമന്ത്രിയായി. 1966 ൽ സ്വാതന്ത്ര്യം ലഭിച്ച് 'കോ ഓപ്പറേറ്റീവ് റിപ്പബ്ലിക് ഓഫ് ഗയാന'യായി. സ്വാതന്ത്ര്യത്തിനു ശേഷം 1992–97 ൽ ഡോ.ചെഡി ജഗൻ പ്രസിഡന്റായി. ഗയാനയിൽ പിപിപിയും അതിൽനിന്നു വിഘടിച്ചുപോന്നവർ രൂപീകരിച്ച പീപ്പിൾസ് നാഷണൽ കോൺഗ്രസും മാറി മാറി ഭരണത്തിൽ വരുന്നു. ഇപ്പോൾ പീപ്പിൾസ് പ്രോഗ്രസീവ് പാർട്ടി അധികാരത്തിൽ. ഇന്ത്യൻ വംശജൻ ഭരത് ജഗ്ദേവ് പ്രസിഡന്റ്.

ഹോളിവുഡ്, ബോളിവുഡ്, കോളിവുഡ്

എന്തുകൊണ്ടാണ് സിനിമാലോകത്തെ ഹോളിവുഡ്, ബോളിവുഡ്, കോളിവുഡ് എന്നു വിളിക്കുന്നത്?

ഹോളിവുഡിലെ ഒരു നഗരം

ഇംഗ്ലീഷ് സിനിമയുടെ ആസ്ഥാനമെന്ന നിലയിലാണ് ഹോളിവുഡ് അറിയപ്പെടുന്നത്. അമേരിക്കയിലെ ലോസ് എയ്ഞ്ചൽസിലെ ഒരു ജില്ലയാണ് ഹോളിവുഡ്. ഇവിടെ സിനിമാ സ്റ്റുഡിയോകളും സിനിമാതാരങ്ങളുടെ വീടുകളും കേന്ദ്രീകരിച്ചിരിക്കുന്നതുകൊണ്ട് ഇംഗ്ലീഷ് സിനിമാ ലോകത്തിന്റെ വിളിപ്പേരായി ഹോളിവുഡ് മാറി. ഇതിന്റെ ചുവടുപിടിച്ചാണ് ഇന്ത്യയിൽ ഹിന്ദിസിനിമകളുടെ നിർമാണകേന്ദ്രമെന്നനിലയിൽ മുംബൈ(ബോംബെ) ബോളിവുഡ് എന്ന് അറിയപ്പെടുന്നത്. തുടർന്ന് ദക്ഷിണേന്ത്യൻ സിനിമ

കളുടെ കേന്ദ്രമെന്ന നിലയിൽ തമിഴ്നാട്ടിലെ കോടമ്പാക്കം കോളിവുഡു മായി.

ക്ലോണിങ്

ക്ലോണിങ് എന്നാലെന്താണ്?

ഡോളി

ചില ചെടികളുടെയും മരങ്ങളുടെയും ചില്ലകൾ ഒടിച്ചുനട്ടാൽ അത് മാതൃചെടിയുടെ പ്രതിരൂപമായി വളരുന്നതിനെ സൂചിപ്പിച്ചാണ് 'മരച്ചില്ല' എന്ന വാക്ക് ക്ലോണിങ്ങിനു വന്നതെന്നുകരുതുന്നു. ഒരു ചെടിയുടെ അല്ലെങ്കിൽ ജീവിയുടെ പകർപ്പുകൾ എന്നർഥത്തിലാണ് ക്ലോണുകൾ എന്നു വിശേഷിപ്പിക്കുന്നത്. ഒരു ജീവിയിൽനിന്ന് അലൈംഗിക പ്രത്യുൽപ്പാദനം (Ase xual Reproduction), അതായത് ലിംഗകോശങ്ങളുടെ സംയോജനംവഴിയല്ലാതെ ജനിക്കുന്ന സന്തതികളെയെല്ലാം ക്ലോണുകൾ (clone) എന്നു വിളിക്കുന്നു.

ജീവിച്ചിരിക്കുന്ന ഒരാളുടെ ശരിപ്പകർപ്പിനെ പുത്തൻ സാങ്കേതികവിദ്യ ഉപയോഗിച്ചു വളർത്തിയെടുക്കുന്ന പ്രക്രിയയാണ് 'ക്ലോണിങ്'. 1997 ൽ സ്കോട്ലന്റിലെ റോസ്ലിൻ ഇൻസ്റ്റിറ്റ്യൂട്ടിൽ ഇയാൻ വിൽമുട്ടിൻെറ നേതൃത്വത്തിൽ 'ഡോളി' എന്ന ചെമ്മരിയാടിനെ ക്ലോൺചെയ്ത് എടുത്തതോടെയാണ് ഇത് ശാസ്ത്രരംഗത്ത് വിപ്ലവമായത്. ഇപ്പോൾ മനുഷ്യഭ്രൂണം ക്ലോൺചെയ്ത് എടുക്കാവുന്ന അവസ്ഥവരെ എത്തിയെങ്കിലും ഇതിന്റെ നൈതികതയെച്ചൊല്ലിയുള്ള വിവാദങ്ങളിൽ പെട്ടിരിക്കുകയാണ് പരീക്ഷണങ്ങൾ.

ക്ലോണിങ്ങിന്റെ തത്വം ഇതാണ്: ആദ്യം അണ്ഡത്തിൻെറ ഡി എൻ എ വേർതിരിക്കുന്നു, പിന്നീട് കോശങ്ങളുടെ ഡി എൻ എയും. വേർതിരിച്ചു മാറ്റിയ കോശം ഡി എൻ എ അണ്ഡത്തിൽ നിക്ഷേപിക്കുന്നു. അങ്ങനെ ഭ്രൂണമാക്കി മാറ്റിയശേഷം പൂർണവളർച്ചയെത്തിയാൽ അവയുടെ കാണ്ഡ കോശങ്ങൾ വേർതിരിച്ചുമാറ്റുന്നു. ഈ കാണ്ഡകോശങ്ങളിൽനിന്ന് അസ്ഥിയും മജ്ജയും മസിലുകളും സൃഷ്ടിക്കുന്നു.

ചീനവല

ചീനവല എന്നും കമ്പവല എന്നും അറിയപ്പെടുന്ന വലയുടെ ഉത്ഭവം ചൈനയിൽനിന്നുതന്നെയാണോ?

പുരാതന കാലത്ത് ചൈനയിൽ ഉപയോഗിച്ചിരുന്നതാണ് ഇത്തരം വലകളെന്നും ചൈനീസ് വ്യാപാരികളിലൂടെ ഇത് 1350 നും 1450 നും ഇടയ്ക്ക് കൊച്ചിയിൽ എത്തിയെന്നും കരുതുന്നു.

പൊലീസ്

പൊലീസ് എന്ന വാക്ക് ഏതു ഭാഷയിൽനിന്നും വന്നതാണ്?

ലാറ്റിൻ വാക്കായ പൊളിറ്റിയ (politeia) യിൽ നിന്നാണ് പൊലീസ് എന്ന വാക്കു വന്നത്. പൊതുഭരണകൂടം എന്നർഥം. പുരാതന ഗ്രീക്ക് ഭാഷയിലെ നഗരം/ഭരണം എന്നീ എന്നർഥമുള്ള 'പൊളിസ്' എന്ന വാക്കിൽ നിന്നാണ് പൊളിറ്റിയയുടെ തുടക്കം. പൊലീസ് എന്ന ഇംഗ്ലീഷ് വാക്കിലെ ഓരോ അക്ഷരവും സേനയുടെ സവിശേഷ അച്ചടക്കവും സേവന സന്നദ്ധതയും വ്യക്തമാക്കുന്ന വാക്കുകളുടെ ആദ്യ അക്ഷരമായും ഉപയോഗിക്കാറുണ്ട്.

വിക്കിപീഡിയ

'വിക്കിപീഡിയ' യുടെ സവിശേഷതകൾ എന്താണ്?

ജിമ്മി വെയിൽസ്

ലോകത്തിന്റെ നാനാഭാഗങ്ങളിൽ നിന്നുള്ള 75000 പേർ ചേർന്ന് നൂറിലധികം ഭാഷകളിലായി തയാറാക്കിയ 53 ലക്ഷം ലേഖനങ്ങൾ. സ്ഥിരമായി ആർക്കുവേണമെങ്കിലും എഡിറ്റ് ചെയ്യാനുള്ള സംവിധാനം. വെബ്സൈറ്റുകളിലെ പാശ്ചാത്യ കേന്ദ്രീകൃത വിവരങ്ങൾക്കു ബദലായി സ്വതന്ത്രമായ വിവരശേഖരം. കുത്തക സോഫ്റ്റുവെയറുകൾക്കു ബദലായി സ്വതന്ത്ര സോഫ്റ്റ്‌വെയറിൽ പ്രവർത്തനം. ഇതൊക്കെയാണ് മറ്റു ഇന്റർനെറ്റ് വിജ്ഞാനകോശങ്ങളിൽ നിന്നു വിക്കിപീഡിയയെ വ്യത്യസ്തമാക്കുന്നത്.

അമേരിക്കൻ സോഫ്റ്റ്‌വെയർ വിദഗ്ധൻ ജിമ്മി വെയിൽസിന്റെ നേതൃത്വത്തിലാണ് ഇത് ആരംഭിച്ചത്. ലോകത്തിലെ എല്ലാ ഭാഷകളിലും സ്വതന്ത്രവും സമ്പൂർണവുമായ വിജ്ഞാനകോശം സൃഷ്ടിക്കുക എന്ന ലക്ഷ്യത്തോടെ 2001 ലാണ് വിക്കിപീഡിയ ആരംഭിക്കുന്നത്. 2002 ഡിസംബർ 21ന് ആരംഭിച്ച മലയാളം വിക്കിപീഡിയ 2009 ജൂൺ ഒന്നിനാണ് 10000 ലേഖനങ്ങൾ എന്ന റെക്കോഡ് പൂർത്തീകരിച്ചത്. കൂടുതൽ വിവരങ്ങൾക്ക് http://ml.wikipedia.org

ബ്രോഡ്ബാന്റ്

എന്താണ് ബ്രോഡ് ബാന്റിന്റെ പ്രത്യേകത?

അതിവേഗവും ചെലവു കുറഞ്ഞും ഇന്റർനെറ്റ് ലഭ്യമാക്കുന്ന ആധുനിക സംവിധാനമാണിത്. ഇന്റർനെറ്റിന് നാരോ ബാൻഡ് അഥവാ ഡയൽ അപ് മോഡം ഉപയോഗിക്കുമ്പോൾ ടെലിഫോൺ ലൈനിൽക്കൂടി ഡയൽ ചെയ്ത് ഒരു സമയം ടെലിഫോൺ അല്ലെങ്കിൽ ഇൻററനെറ്റ് ഉപയോഗിക്കാം. ഈ സംവിധാനത്തിൽ ഒരു വെബ്സൈറ്റ് വിളിച്ചു നോക്കുമ്പോൾ ഡാറ്റാ വിനിമയമില്ലെങ്കിലും ആ സമയം ബില്ലിങ്ങിൽ ഉൾപ്പെടും. എന്നാൽ ബ്രോഡ്ബാൻഡിൽ കംപ്യൂട്ടർ ഇന്റർനെറ്റുമായി എപ്പോഴും (ഫോൺ ഡയൽ ചെയ്യാതെ) ബന്ധപ്പെട്ടിരിക്കും. എന്നാൽ ബില്ലിങ്, ഡാറ്റ വിനിമയത്തെമാത്രം ആശ്രയിച്ചിരിക്കും. വളരെ കൂടുതൽഡാറ്റ വിനിമയത്തിന് സംവിധാനമുള്ളതുകൊണ്ട് ഓഡിയോ/ഡാറ്റ/മീഡിയ സർവീസുകൾ ഒരേസമയം അതിവേഗം ലഭ്യമാകും.

ടാബ്ലോയ്ഡ്

'ടാബ്ലോയ്ഡ്' പത്രസംസ്കാരം എന്താണ്?

പത്രങ്ങളുടെയും വാരികകളുടെയും അളവുമായി ബന്ധപ്പെട്ടാണ് ഈ പേര് പ്രചരിച്ചത്. സാധാരണ വാരികകളേക്കാൾ വലുതും പത്രങ്ങളെക്കാൾ ചെറുതുമായ ഒരു പ്രത്യേക അളവി (ഉദാഹരണത്തിന് 17 x 11 ഇഞ്ച്) ലുള്ള വാരികകളും പത്രങ്ങളുമാണ് ടാബ്ലോയ്ഡ് എന്നറിയപ്പെടുന്നത്. വിദേശരാജ്യങ്ങളിലാണ് ടാബ്ലോയ്ഡ് അളവിലുള്ള പത്രങ്ങൾ തുടങ്ങിയത്.

'ടാബ്ലോയ്ഡ്' എന്ന ഒരു വേദനസംഹാരിയുടെ പേരിൽനിന്നാണ് ഈ പേരിൻെറ തുടക്കം. വേദനയ്ക്കുള്ള ഒറ്റമൂലി എന്ന നിലയ്ക്കാണ് ഈ മരുന്ന് പ്രചരിച്ചത്. വാർത്തകളും ഗോസിപ്പുകളും തമാശകളും എല്ലാം ഒന്നിച്ച് ചേർത്ത ജനപ്രിയ പ്രസിദ്ധീകരണം എന്ന നിലയ്ക്കാണ് ടാബ്ലോയ്ഡുകൾക്ക് ഈ പേരു വരാൻ കാരണം. ഗോസിപ്പുകൾ കൂടുതലുള്ള ചില വാരികകൾ കൂടുതലായി ടാബ്ലോയ്ഡ് സൈസിൽ ഇറങ്ങിയതോടെ പൊതുവായി 'ടാബ്ലോയ്ഡ് പത്രസംസ്കാരം' എന്നു പേരു വന്നു. എന്നാൽ ഇന്ന് വിവിധ രാജ്യങ്ങളിൽ ടാബ്ലോയ്ഡ് അളവിൽ മികച്ച വാർത്താവാരികകളും ഇറങ്ങുന്നുണ്ട്.

ആംബുലൻസ്

ആംബുലൻസിൻെറ പേര് തലതിരിച്ചെഴുതുന്നതെന്താണ്?

ആംബുലൻസിൻെറ മുൻവശത്ത് AMBULANCE എന്ന വാക്ക് തിരിച്ചെഴുതിയാൽ മുന്നിൽ പോകുന്ന വാഹനത്തിൻെറ ഡ്രൈവർക്ക് കണ്ണാടിയിൽ ആംബുലൻസ് എന്ന് നേരെതന്നെ കാണാനും തൻെറ വാഹനം

ഒതുക്കിക്കൊടുക്കാനും കഴിയും എന്ന സൗകര്യമാണിതിന്. ലോകമാകെ ഈ ശൈലി പ്രചാരത്തിലുണ്ട്.

റീത്ത്

റീത്തിൻെറ ചരിത്രം എന്താണ്?

പൂക്കളും ഇലകളും പഴങ്ങളുംകൊണ്ട് റീത്ത് നിർമിക്കാറുണ്ട്. റീത്തുകളുടെ ചരിത്രത്തിന് ഗ്രീക്ക് ദൈവമായ അപ്പോളോയുമായി ബന്ധപ്പെട്ട ഐതിഹ്യമുണ്ട്. ഒളിമ്പിക്സിൻെറ മുൻഗാമിയായിരുന്ന പൈതിയൻ ഗെയിംസിലെ വിജയികൾക്ക് പൂക്കളുടെ വളയം (റീത്ത്) നൽകുമായിരുന്നു. എന്നാൽ മരണനാന്തര ആദരസൂചകമായി മൃതദേഹത്തിൽ റീത്ത് സമർപ്പിക്കുന്ന രീതി റോമൻ സംസ്കാരവുമായി ബന്ധപ്പെട്ടാണ് തുടങ്ങിയത്.

ഡി ടി എസ്

എന്താണ് ചില തിയറ്ററുകൾ ഡി ടി എസ് ആണെന്ന് പറയുന്നത്?

കമ്പ്യൂട്ടർ അധിഷ്ഠിതമായ ഡിജിറ്റൽ സാങ്കേതികവിദ്യ ഉപയോഗിച്ച് തയാറാക്കിയിരിക്കുന്ന വളരെ വ്യക്തമായ ശബ്ദ സംവിധാനത്തിന് ഡിജിറ്റൽ സൗണ്ട് സിസ്റ്റം എന്നാണ് പറയുന്നത്.

ഒരേ ദിശയിൽ ശബ്ദം ഒരേ അളവിൽ പുറപ്പെടുവിക്കുന്ന അനലോഗ് സംവിധാനത്തിൽനിന്നും വ്യത്യസ്തമായി കുറച്ചു സ്ഥലത്ത് വ്യത്യസ്ത ആവൃത്തിയിലുള്ള കൂടുതൽ ശബ്ദം പുറപ്പെടുവിച്ച് ശബ്ദസംവിധാനം തന്നെ ഒരു വ്യത്യസ്ത അനുഭവമാക്കി മാറ്റുകയാണ് ഈ സംവിധാനത്തിൽ.

ഡിജിറ്റൽ തിയറ്റർ സിസ്റ്റം (ഡി ടി എസ്) എന്നത്, ഈ ശബ്ദസംവിധാനം വിപണിയിലിറക്കിയിരിക്കുന്ന പല കമ്പനികളിൽ ഒന്നിന്റെ ബ്രാൻഡ് നെയിമാണ്. ഡി ടി എസ് പ്രശസ്തമായതോടെ ഈ ശബ്ദസംവിധാനത്തിന്റെ തന്നെ പേരായി ഇത് അറിയപ്പെടുകയായിരുന്നു.

സോപ്പുകൾക്കെല്ലാം ഒരേ പത

നിറമുള്ള സോപ്പുകൾ ഉപയോഗിക്കുമ്പോൾ ശരീരത്തിൽ നിറം കാണിക്കില്ല, പതയ്ക്ക് വെളുപ്പുനിറവും. കാരണമെന്താണ്?

സോപ്പ് വെള്ളത്തിൽ അലിയുമ്പോൾ നേർത്ത വസ്തുവാകുകയും പ്രകാശം ആഗിരണംചെയ്യുന്നത് കുറയുകയുംചെയ്യും. തന്മൂലം കുമിളയ്ക്ക് കട്ട സോപ്പിന്റെ അത്ര നിറമുണ്ടാകില്ല. സോപ്പുപതയിൽ നൂറുകണക്കിന് കുമിളകളും അവയ്ക്കിടയിൽ വായുവുമാണല്ലോ. ഓരോ കുമിളയിലും തട്ടുന്ന പ്രകാശം പ്രതിഫലിച്ച് മറ്റു കുമിളകളിൽ പതിക്കുന്നു. ഇങ്ങനെ നൂറുകണക്കിന് കുമിളകളിലെ പ്രകാശം പരസ്പരം തട്ടി പ്രതിഫലിക്കുമ്പോൾ പതയ്ക്ക് വെളുപ്പുനിറം തോന്നിക്കുന്നു.

പണപ്പെരുപ്പവും വിലക്കയറ്റവും അവധി വ്യാപാരവും

പണപ്പെരുപ്പം എന്നാലെന്താണ്? വിലക്കയറ്റവുമായി ഇതെങ്ങനെ ബന്ധപ്പെട്ടിരിക്കുന്നു? ഊഹക്കച്ചവടം, അവധിവ്യാപാരം എന്താണ്?

ഉൽപ്പന്നങ്ങളുടെയും സേവനങ്ങളുടെയും വില വർധിക്കുകയും അതനുസരിച്ച് പണത്തിൻെറ മൂല്യം കുറയുകയും ചെയ്യുന്നതിനെയാണ് പണപ്പെരുപ്പം എന്നു പറയുന്നത്. ഉപഭോക്തൃവില സൂചിക (Consumer Price Index) യുടെ വർധന നോക്കിയാണ് പല രാജ്യങ്ങളും പണപ്പെരുപ്പനിരക്കിൻെറ ഉയർച്ച രേഖപ്പെടുത്തുന്നത്. മൊത്തം വിലസൂചിക (Wholesale Price Index)പ്രകാരമാണ് ഇന്ത്യയിൽ പണപ്പെരുപ്പനിരക്ക് കണക്കാക്കുന്നത്. എന്നാൽ, ആദ്യത്തേതാണ് കൂടുതൽ കാര്യക്ഷമം.

വരാനിരിക്കുന്ന ഒരു തിയതിക്ക് ഉണ്ടാകാവുന്ന വില മുൻകൂട്ടി നിശ്ചയിച്ച് (അവധിവില) ഇപ്പോൾ നടത്തുന്ന വ്യാപാരമാണ് അവധിവ്യാപാരം. കൃഷിചെയ്യുമ്പോൾത്തന്നെ വിളവെടുപ്പിനു ശേഷമുള്ള വില പറഞ്ഞുറപ്പിച്ച് ധാന്യങ്ങൾ വാങ്ങാൻ ഇടനിലക്കാർ കരാർ ഉറപ്പിക്കുന്നു. ഇത് വിളവെടുപ്പുകാലത്ത് ഇടനിലക്കാർക്ക് വിലക്കയറ്റം ഉണ്ടാക്കാൻ അവസരമൊരുക്കുന്നു. ഇത് ഒരുതരം ഊഹക്കച്ചവടമാണ്.

റിപ്പോ, റിവേഴ്സ് റിപ്പോ, സി ആർ ആർ

റിപ്പോ റേറ്റ്, റിവേഴ്സ് റിപ്പോ റേറ്റ്, ബാങ്ക് റേറ്റ് ഇവയെക്കുറിച്ച് പല പുസ്തകങ്ങളിലും പത്രങ്ങളിലും വ്യത്യസ്തമായ നിർവചനങ്ങളാണ്. ഏതാണ് ശരി?

റിസർവ് ബാങ്ക് ബാങ്കുകൾക്കു നൽകുന്ന വായ്പയുടെ പലിശനിരക്കിന് പൊതുവെ ബാങ്ക് നിരക്ക് എന്നു പറയുന്നു. ഒരു നിശ്ചിതകാല ത്തേക്ക് തിരിച്ചുനൽകാമെന്ന ഉറപ്പിൽ റിസർവ് ബാങ്ക് ബാങ്കുകൾക്കു നൽകുന്ന പ്രത്യേക വായ്പയുടെ (കടപ്പത്രം) നിരക്കാണ് റിപ്പോ നിരക്ക്. എന്നാൽ ബാങ്കുകൾ റിസർവ് ബാങ്കിലോ സർക്കാരിലോ നിശ്ചിതകാലത്തേക്ക് നിക്ഷേപിക്കുന്ന പണത്തിന് (സർക്കാർ കടപ്പത്രങ്ങളിലും മറ്റും) നൽകുന്ന പലിശനിരക്കാണ് റിവേഴ്സ് റിപ്പോ നിരക്ക്. ബാങ്കുകൾ റിസർവ് ബാങ്കിൽ സൂക്ഷിക്കേണ്ട മൂലധനത്തിന്റെ അനുപാതമാണ് കരുതൽ ധന അനുപാതം (Cash Reserve Ratio)

സെൻസെക്സ്, നിഫ്റ്റി, കാള, കരടി

ഓഹരി വിപണിയിലെ സെൻസെക്സ്, നിഫ്റ്റി, കരടി എന്നിവ എന്താണ്?

ബോംബെ സ്റ്റോക്ക് എക്സ്ചേഞ്ചിന്റെ (ബി എസ് ഇ) വിലസൂചികയാണ് സെൻസെക്സ്. നാഷണൽ സ്റ്റോക്ക് എക്സ്ചേഞ്ചി (എൻ എസ് ഇ)ന്റേത് നിഫ്റ്റിയും.

എ ഗ്രൂപ്പിൽപ്പെടുന്ന മുൻനിര ഓഹരികൾക്ക് മൂല്യമനുസരിച്ച്

ബോംബെ സ്റ്റോക്ക് എക്സ്ചേഞ്ച്

വിപണിയിൽ ബി എസ് ഇയും എൻ എസ് ഇയും പോയിന്റുകൾ നിശ്ച യിച്ചിട്ടുണ്ട്. ഈ ഓഹരികളുടെ വിലയിലുണ്ടാകുന്ന വ്യതിയാനം പോയിന്റുകളിലും മാറ്റങ്ങളു ണ്ടാക്കും. ഇതാണ് വില കൂടുമ്പോൾ സെൻസെക്സ് ഉയരുന്നുവെന്നും കുറയു മ്പോൾ സെൻസെക്സ് താഴുന്നുവെന്നും പറയുന്നത്.

ഓഹരിവിപണിയിൽ സൂചിക ഉയരു മ്പോൾ (വിപണി മെച്ചപ്പെടുമ്പോൾ) ബുൾ മാർക്കറ്റെന്നും സൂചികതാഴുമ്പോൾ (വിപണി തകർച്ച നേരിടുമ്പോൾ) ബെയർ മാർക്കറ്റെന്നും പറയുന്നു. അതാണ് സൂ ചിക ഉയരുമ്പോൾ കാളയുടെയും താഴു മ്പോൾ കരടിയുടെയും പേരുചേർത്ത് പറയുന്നത്.

രൂപയുടെ മൂല്യശോഷണം

അമേരിക്കയിൽ ഡോളറിന് വില ഇടിയുമ്പോഴും ഇന്ത്യയിൽ രൂപയുമായുള്ള വിനിമയത്തിൽ ഡോളറിന്റെ മൂല്യം കൂടിവരുന്നു. എന്താണിത്?

അമേരിക്കൻ ഡോളർ

ഇന്ത്യൻ രൂപ

ഒരു രാജ്യത്തിന്റെ കറൻസി മറ്റൊരു രാജ്യത്തിന്റെ കറൻസിയുമായുള്ള ഇടപാടിൽ ഡിമാൻഡിൽ ഉണ്ടാവുന്ന ഏറ്റക്കുറച്ചിലുകളാണ് വിദേശനാണ്യവിനിമയത്തിൽ മൂല്യം ഉയരാനും കുറയാനും ഇടയാക്കുന്നത്. ഇന്ത്യയുടെ അന്താരാഷ്ട്ര വ്യാപാര ഇടപാടുകൾ അധികവും ഡോളറിലാണ്.

രൂപയും ഡോളറുമായുള്ള വിനിമയത്തിൽ രൂപയുടെ മൂല്യം കുറയുകയാണ്. ഒരു ഡോളറിന് 40 രൂപയിൽനിന്ന് 50 രൂപവരെ എത്തി. അമേരിക്കയിലെ പ്രതിസന്ധിയെത്തുടർന്ന് പല അമേരിക്കൻ കമ്പനികളും ഇന്ത്യയിൽനിന്ന് മൂലധനം പിൻവലിക്കുന്നുണ്ട്. അപ്പോൾ ഇന്ത്യൻ വിപണിയിൽനിന്ന് ഡോളർ കുറയുന്നു. ഇറക്കുമതിയെ കൂടുതലായി ആശ്രയിക്കുന്ന രാജ്യമാണ് ഇന്ത്യ. അപ്പോൾ നേരത്തെ 10 ഡോളറിന്റെ

ഒരു ഉൽപ്പന്നത്തിന് നേരത്തെ 400 രൂപ കൊടുത്ത സ്ഥാനത്ത് ഇപ്പോൾ 500 രൂപ കൊടുക്കേണ്ടിവരുന്നു. അപ്പോൾ രൂപയുടെ മൂല്യം വീണ്ടും കുറയുന്നു. എന്നാൽ, ഇതിനു പരിഹാരമായി കയറ്റുമതി വർധിച്ചാൽ മതി. അതും നടക്കുന്നില്ല. കയറ്റുമതി കുറയുകയാണ്. അപ്പോൾ ഡോളർവരവ് വീണ്ടും കുറയും. ഈ സാഹചര്യത്തിൽ ഒരു ഡോളറിന് കൂടുതൽ രൂപ നൽകേണ്ടിവരുന്നു.

ക്രിക്കറ്റ് ബാറ്റ് മരം

ക്രിക്കറ്റ് ബാറ്റ് നിർമിക്കുന്നത് ഏത് മരം ഉപയോഗിച്ചാണ്?

വില്ലോ അഥവാ സാലിക്സ് എന്നു വിളിക്കുന്ന മരം കൊണ്ടാണ് ക്രിക്കറ്റ് ബാറ്റ് നിർമിക്കുന്നത്. ഉത്തരധ്രുവ പ്രദേശങ്ങളിൽ ജലാശയങ്ങൾക്കരികിലാണ് അരളി വർഗത്തിൽപ്പെട്ട ഈ മരം കൂടുതലായി കാണപ്പെടുന്നത്. സാലിക്സ് ആൽബ കൊയേറുലിയ എന്നാണ് ശാസ്ത്രനാമം.

വില്ലോമരം

ക്രിക്കറ്റ്

ക്രിക്കറ്റിന് ഈ പേര് വരാൻ കാരണമെന്ത്?

ക്രിക്കറ്റിന് ഈ പേര് വന്നതിനെക്കുറിച്ച് വ്യത്യസ്ത വാദങ്ങളുണ്ടെങ്കിലും ഇംഗ്ലണ്ടിൽ എഡ്വേർഡ് ഒന്നാമൻെറ കാലത്തെ രേഖകളിൽ, അദ്ദേഹത്തിൻെറ മകൻ 'ക്രിയേഗ് എറ്റ് അലിയോസ് ലുഡോസ്' (Creag et alios ludos) എന്ന ഗെയിം കളിച്ചുവെന്ന് രേഖപ്പെടുത്തിയതിൽനിന്നാണ് ആ കളിക്ക് ക്രിക്കറ്റ് എന്നു പേര് വന്നതെന്ന് കരുതുന്നു. എന്നാൽ ക്രിക്കറ്റ് സ്റ്റമ്പുപോലെ മൂന്നു കാലുകളുള്ള ക്രിക് സ്റ്റോൾ (krickstoel) എന്ന സ്റ്റൂളിൻെറ പേരിൽനിന്നാണ് 'ക്രിക്കറ്റ്' എന്ന വാക്കുവന്നതെന്നും പറയുന്നു.

ക്രിക്കറ്റിലെ ആഷസ്

ഓസ്ട്രേലിയയും ഇംഗ്ലണ്ടും തമ്മിലുള്ള ക്രിക്കറ്റ് മത്സരത്തിൽ വിജയിക്കുന്നവർക്ക് 'ആഷസ്' എന്ന പദവി നൽകുന്നതെന്താണ്?

ഈ രാജ്യങ്ങളുടെ ക്രിക്കറ്റ് ടീമുകൾ തമ്മിൽ 1882 ൽ ഇംഗ്ലണ്ടിൽ മത്സരിച്ചപ്പോൾ ഇംഗ്ലണ്ട് ദയനീയ തോൽവി ഏറ്റുവാങ്ങി. പിറ്റേദിവസം ഇറങ്ങിയ *സ്പോർട്ടിങ് ടൈംസ്* പത്രം തോറ്റ ടീമിനെ കളിയാക്കി ഇംഗ്ലീഷ് ടീമിനെ സംസ്കരിച്ച് ചിതാഭസ്മം (ആഷസ്) ഓസ്ട്രേലിയയിലേക്ക്

കൊണ്ടുപോകുമെന്ന് എഴുതി. തൊട്ടടുത്തവർഷം ഓസ്ട്രേലിയയിൽവച്ച് രണ്ടു ടീമുകളും മത്സരിച്ചപ്പോൾ ഇംഗ്ലണ്ട് ടീം മധുരപ്രതികാരം വീട്ടി. അന്ന് വിജയിച്ച ഇംഗ്ലണ്ടിന്റെ ക്യാപ്റ്റന് ആരാധകർ ക്രിക്കറ്റ് സ്റ്റമ്പ് കത്തിച്ച് ഓസ്ട്രേലിയൻ ടീമിൻെറ ചിതാഭസ്മം എന്ന പ്രതീകമായി കുടത്തിലാക്കി നൽകി. അവർ അത് ഇംഗ്ലണ്ടിൽ മേരിൽബോൺ ക്രിക്കറ്റ് ക്ലബ് ആസ്ഥാനത്ത് സ്ഥാപിക്കുകയും ചെയ്തു. തുടർന്ന് എല്ലാവർഷവും ഇംഗ്ലണ്ട്, ഓസ്ട്രേലിയ ക്രിക്കറ്റ് മത്സര വിജയി ആരായാലും 'ആഷസ്' എന്ന പദവി നൽകിപ്പോരുന്നു.

ഡെഡ് ലെറ്റർ ഓഫീസ്

ഡെഡ് ലെറ്റർ ഓഫീസ് എന്താണ്?

മതിയായ വിലാസമില്ലാത്തതുകൊണ്ടോ മറ്റോ വിതരണം ചെയ്യാൻ കഴിയാത്തതും തിരിച്ചയക്കാൻ കഴിയാത്തതുമായ തപാൽ ഉരുപ്പടികൾ കൈകാര്യംചെയ്യാൻ അമേരിക്കയിൽ 1825 ൽ ആരംഭിച്ച ഓഫീസിനെയാണ് 'ഡെഡ് ലെറ്റർ ഓഫീസ്' എന്നു പറയുന്നത്. കത്തുകൾ നശിപ്പിക്കുകയും കവറുകളിലെ വിലപിടിപ്പുള്ള വസ്തുക്കൾ ലേലംചെയ്യുകയുമാണ് പതിവ്.

മൈക്രോൺ

പ്ലാസ്റ്റിക്കിൻെറ 'മൈക്രോൺ' എന്താണ്? ഇതെങ്ങനെ അറിയും?

പ്ലാസ്റ്റിക്കിൻെറ കനം മൈക്രോണിലാണ് പറയുക. ഒരു മൈക്രോൺ എന്നാൽ ഒരു മില്ലിമീറ്ററിൻെറ ആയിരത്തിലൊരംശം (ഒരു മുടിനാരിൻെറ കനം 50 മൈക്രോൺ വരും).

പ്ലാസ്റ്റിക്കിൻെറ കനം എത്ര മൈക്രോൺ വരുമെന്ന് കണ്ടുപിടിക്കാനും നിർമാണസമയത്തുതന്നെ കനം നിയന്ത്രിക്കുന്നതിനുള്ള സംവിധാനവും ഉള്ള യന്ത്രങ്ങൾ വിപണിയിലുണ്ട്. 200 മൈക്രോണിൽ താഴെ കനമുള്ള ബാഗുകൾ പുനരുപയോഗത്തിന് തീരെ പറ്റില്ല. 50 മൈക്രോൺ വരെ പുനരുപയോഗം പ്രയാസമാണ്. ഇതാണ് കനംകുറഞ്ഞ പ്ലാസ്റ്റിക്കുകൾ നിരോധിക്കാൻ കാരണം. പ്ലാസ്റ്റിക് കണ്ടുപിടിച്ചത് ബെൽജിയംകാരൻ ബേക്‌ലാന്റ് എന്ന ശാസ്ത്രജ്ഞനാണ്.

ടൈറ്റാനിക്

ടൈറ്റാനിക് കപ്പൽ ദുരന്തത്തിൽ രക്ഷപ്പെട്ട അവസാന യാത്രക്കാരിയും അടുത്തകാലത്ത് മരിച്ചല്ലോ. എത്ര യാത്രക്കാരുണ്ടായിരുന്നു?

വലുപ്പംകൊണ്ടു മാത്രമല്ല പ്രവർത്തനവും സൗകര്യങ്ങളുംകൊണ്ടും ലോകത്തെ ഒന്നാമത്തെ കപ്പലുകളിലൊന്നായ ടൈ റ്റാനിക് ബ്രിട്ടനിലെ വൈറ്റ് ആൻഡ് വോൾഡ് കപ്പൽശാലയിലാണ് നിർമിച്ചത്. 1912 ഏപ്രിൽ 10ന് കന്നിയാത്ര തുടങ്ങി,ആദ്യ യാത്ര തന്നെ ദുരന്തത്തിലേക്കായി.

നോർത്ത് അറ്റ്ലാന്റിക് സമുദ്രത്തിൽ ഏപ്രിൽ 14നു രാത്രി 11.40ന്

ടൈറ്റാനിക്ക് കപ്പൽ

ഐസ്ബർഗിൽ തട്ടി മുങ്ങിത്തുടങ്ങിയ കപ്പൽ 15ന് 2.20 ആയപ്പോഴേക്കും പൂർണമായി മുങ്ങി.

2223 യാത്രക്കാരുമായി ന്യൂയോർക്കിലേക്കായിരുന്നു കന്നിയാത്ര. അയർലൻഡിലെ ക്വീൻസ്റ്റോൺ തുറമുഖത്തുനിന്ന് അവസാനയാത്രക്കാരെയും കയറ്റി 20.5 നോട്ടിക്കൽ മൈൽ വേഗത്തിലായിരുന്നു കപ്പൽ. 1513 യാത്രക്കാരുടെ ജീവൻ ദുരന്തത്തിൽ അപഹരിക്കപ്പെട്ടു.

ആശുപത്രിയുടെ പച്ചനിറം

ഓപ്പറേഷൻ തിയറ്ററിൽ എന്തുകൊണ്ടാണ് പച്ചനിറത്തിലുള്ള വസ്ത്രങ്ങൾ ഉപയോഗിക്കുന്നത്?

ഓരോ നിറവും മനുഷ്യമനസുകളിൽ സൃഷ്ടിക്കുന്ന പ്രതിഫലനം വ്യത്യസ്തമാണെന്ന പഠനങ്ങളുടെയും അനുഭവങ്ങളുടെയും വെളിച്ചത്തിൽ ഓരോ സാഹചര്യത്തിനും അന്തരീക്ഷത്തിനും അനുയോജ്യമായ നിറങ്ങൾ തെരഞ്ഞെടുക്കുന്ന പതിവിന് ഏറെ പഴക്കമുണ്ട്.

പച്ച പ്രകൃതിയെ സൂചിപ്പിക്കുന്ന നിറമാണ്. അത് ശാന്തതയും ഉന്മേഷവും നൽകുന്നു. ടെലിവിഷൻ പരിപാടികളിൽ ക്യാമറയ്ക്കുമുന്നിൽ എത്തുന്നതിനുമുമ്പ് വിശ്രമിക്കുന്ന മുറിയിൽ (ഗ്രീൻറൂം) പച്ചനിറമാണ് കൂടുതൽ. കണ്ണിനും മനസിനും ഇത് ഏറെ വിശ്രമം നൽകും. വേദനിക്കുന്ന/വിഷമിക്കുന്ന രോഗികൾക്ക് ആശ്വാസം നൽകുന്ന നിറമാണ് ആവശ്യം. അതാണ് പച്ചനിറത്തിലുള്ള വസ്ത്രങ്ങൾ ഉപയോഗിക്കുന്നത്.

പുഷ്പങ്ങളുടെ നിറം

പുഷ്പങ്ങൾക്കു നിറംനൽകുന്ന വസ്തു സസ്യത്തിന്റെ ഏതു ഭാഗത്തു കാണപ്പെടുന്നു? പൂമ്പാറ്റയ്ക്ക് വ്യത്യസ്തനിറങ്ങളെന്തുകൊണ്ടാണ്?

പുഷ്പങ്ങൾക്ക് നിറംനൽകുന്ന ഡൈഹൈഡ്രോ ഫ്ളോവനോൾ റിഡക്റ്റേസ് എന്ന ജീൻ സസ്യകോശങ്ങളിലെ ക്രോമസോം ഏഴിൽ കാണപ്പെടുന്നു. അതുകൊണ്ടുതന്നെ ഒരു പ്രത്യേകഭാഗത്തല്ല, സസ്യത്തിലാകെ എന്നു മനസിലാക്കാം.

പൂമ്പാറ്റയുടെ നിറത്തിനു പിന്നിലും ശാസ്ത്രീയതത്വങ്ങളുണ്ട്. എന്നാൽ, ഇതിന് അടിസ്ഥാനം ചുറ്റുപാടുതന്നെ. പൂമ്പാറ്റയുടെ നിറം അത് വസിക്കുന്ന ചുറ്റുപാടുകളുടെ നിറവുമായി ബന്ധപ്പെട്ടിരിക്കുന്നു വെന്ന് ശാസ്ത്രീയപഠനങ്ങൾ പറയുന്നു.

പൂക്കളിൽ തേൻ നുകരാനെത്തുന്ന ചിത്രശലഭങ്ങൾക്കും അതിന് അനുയോജ്യമായ നിറങ്ങളുണ്ടെങ്കിലേ സ്വയംരക്ഷ നേടാൻ കഴിയൂ. പുല്ലിൽ വളരുന്ന പച്ചക്കുതിരയ്ക്കും വിട്ടിലുകൾക്കും പച്ചനിറമായതുപോലെ.

ചാന്ദ്രയാത്രകൾ

ചന്ദ്രനിലേക്കുള്ള യാത്രയ്ക്ക് ഇത്രയും വലിയ ഇടവേളകൾ എന്തിനാണ്? എന്നാൽ ഇപ്പോൾ ചൂടുപിടച്ചതും എന്തിനാണ്?

ചന്ദ്രനിൽ മനുഷ്യനെ ഇറക്കുക, നടത്തുക എന്നത് ശീതസമരകാലത്ത് സോവിയറ്റ് യൂണിയന്റെയും അമേരിക്കയുടെയും അഭിമാനപ്രശ്നമായിരുന്നു. അമേരിക്ക ആദ്യയാത്ര നടത്തിയതോടെ സോവിയറ്റ് യൂ

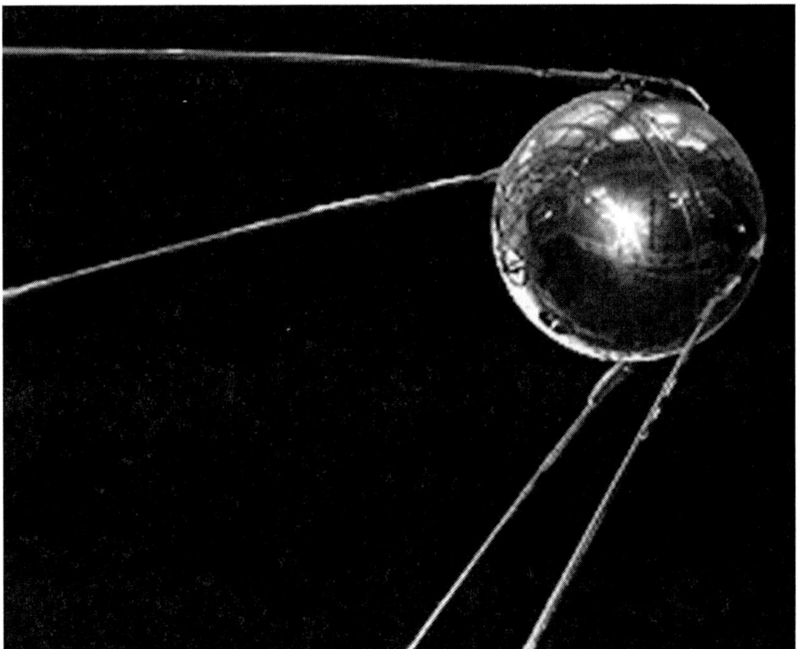

സ്പുട്നിക്ക്

ണിയൻ പിന്മാറി. അമേരിക്കയ്ക്കാകട്ടെ അത് ഉദ്വേഗജനകമല്ലാതെയും മാറി. ഈ സാഹചര്യത്തിലാണ് വമ്പിച്ച മുതൽമുടക്കുള്ളതും അതിനനുസരിച്ച പ്രതിഫലമില്ലാത്തതുമായ ചാന്ദ്രദൗത്യങ്ങൾ നിർത്തിവച്ചത്.

1957 ൽ സോവിയറ്റ് യൂണിയൻ ആദ്യത്തെ ഉപഗ്രഹമായ 'സ്ഫുട്നിക്' വിക്ഷേപിക്കുന്നതിനോടൊപ്പംതന്നെ ചന്ദ്രനിലേക്ക് ബഹിരാകാശോപകരണങ്ങൾ അയയ്ക്കുന്നതിനെക്കുറിച്ചുള്ള ആലോചനകളുണ്ടായിരുന്നു. 1959 ൽ 'ലൂണ 2' എന്ന അന്വേഷണോപകരണം സോവിയറ്റ് യൂണിയൻ ചന്ദ്രനിൽ ഇറക്കി. അതേ വർഷാവസാനം ചന്ദ്രനെ വലംവയ്ക്കുന്ന 'ലൂണ 3' എന്ന ഉപഗ്രഹത്തിലൂടെയാണ് ആദ്യമായി ചന്ദ്രന്റെ മറുവശം മനുഷ്യൻ 'കാണുക'യുണ്ടായത്. 1964 ൽ അവരുടെ 'റേഞ്ചർ 7' എന്ന അന്വേഷണോപകരണം ചന്ദ്രനിൽ വീണു തകരുന്നതിനുമുമ്പ് 4316 ഫ്രെയിമുകളുള്ള ചലച്ചിത്രംതന്നെ പകർത്തി. 1966 ജനുവരിയിൽ സോവിയറ്റ് യൂണിയന്റെ ലൂണാർ ഓർബിറ്റർ 1 ചന്ദ്രന്റെ ഉപരിതലത്തിലെ 'പ്രൊസല്ലാറം സമുദ്രം' എന്ന ഭാഗത്ത് ഇറങ്ങി. 1968 ൽ നാസയിലെ ബഹിരാകാശ സഞ്ചാരികൾ അപ്പോളോ 8 എന്ന പേടകത്തിൽ ചന്ദ്രനെ ചുറ്റി സഞ്ചരിച്ചു. 1969 ജൂലൈ 20ന് ലോകചരിത്രത്തിൽ മായാത്ത കാൽപ്പാടുകൾ വീഴ്ത്തി അമേരിക്കയുടെ നീൽ ആംസ്ട്രോങ് ചന്ദ്രനിൽ കാലുകുത്തി. അപ്പോളോ 11 എന്ന ദൗത്യമായിരുന്നു അത്. തുടർന്ന് വിജയകരമായി നാലു പ്രാവശ്യംകൂടി ചന്ദ്രനിലേക്ക് മനുഷ്യയാത്രയുണ്ടായി. ആകെ 12 പേർ ചന്ദ്രനിലിറങ്ങി. അവസാന ചന്ദ്രയാത്ര 1972 ഡിസംബറിൽ അപ്പോളോ 17ലായിരുന്നു.

ഇന്ത്യയുടെ സ്വന്തം 'ചാന്ദ്രയാൻ–1' 2008 ഒക്ടോബർ 22ന് രാവിലെ 6.22 ന് ശ്രീഹരിക്കോട്ടയിലെ വിക്ഷേപണത്തറയിൽനിന്ന് പി എസ് എൽ വി സി–11 വിക്ഷേപണവാഹനത്തിലൂടെ കുതിച്ചുയരുകയും ലക്ഷ്യം നേടുകയും ചെയ്തതോടെ ഇന്ത്യയും ഈ രംഗത്ത് വിജയക്കൊടി നാട്ടി.

2025നകം ചന്ദ്രനിൽ മനുഷ്യനെ ഇറക്കാനാണ് ഇന്ത്യയുടെ ലക്ഷ്യം. ഇതിനുമുമ്പ് 2011–12 കാലയളവിൽ ചാന്ദ്രയാൻ 2 ചന്ദ്രനിലിറങ്ങും. ചന്ദ്രന്റെ മണ്ണിൽ ഉരുളുന്നതരത്തിലുള്ള 'റോവർ' വാഹനമാണ് ഇതിനു തയാറാക്കപ്പെടുന്നത്. 2010 മധ്യത്തോടെ ഇത് ചന്ദ്രനിൽ ഇറക്കാനാണ് ലക്ഷ്യമിടുന്നത്.

ചന്ദ്രനിൽ ആളിറങ്ങുക എന്ന പുതിയ പരിപാടിയുടെ ലക്ഷ്യം അവിടെ ഒരു താവളമുണ്ടാക്കുക എന്നതാണ്. ബഹിരാകാശനിലയങ്ങളിൽ നിന്നുള്ളതിനേക്കാൾ ലാഭകരമായി അവിടെനിന്ന് പരീക്ഷണവും നിരീക്ഷണങ്ങളും വിക്ഷേപണങ്ങളും നടത്താൻ കഴിയുമത്രേ! മാത്രമല്ല, ചന്ദ്രനിലേക്ക് വിനോദസഞ്ചാരം നടത്താൻ കോടീശ്വരന്മാരെ ആകർഷിക്കുകയും ചെയ്യാം.

വോട്ടിങ് മെഷീൻ

വോട്ടിങ് മെഷീന്റെ തുടക്കം എന്നാണ്? വോട്ടിങ് മെഷീൻ ലോകവ്യാപകമായി അംഗീകരിച്ചിട്ടുണ്ടോ?

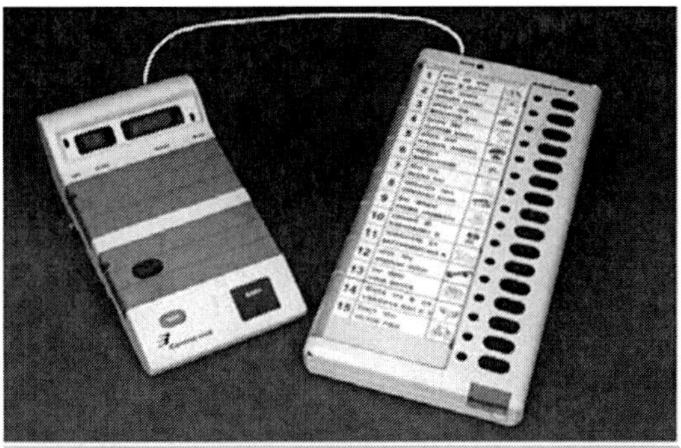

വോട്ടിങ്ങ് മിഷീൻ

ഇലക്ട്രോണിക് വോട്ടിങ് മെഷീൻ ഉപയോഗിക്കുന്നതിന് ഇന്ത്യ, 1951 ലെ ജനപ്രാതിനിധ്യനിയമത്തിൽ 1989 ൽ ഭേദഗതി വരുത്തി. 1998 ൽ ആദ്യമായി നടപ്പാക്കിയത് 16 നിയമസഭാമണ്ഡലങ്ങളിലാണ്. ഇതിനുമുമ്പ് ഇന്ത്യയിൽ ആദ്യമായി വടക്കൻ പറവൂരിൽ 1982 ൽ ഉപതിരഞ്ഞെടുപ്പിൽ പരീക്ഷണാർഥം ഉപയോഗിച്ചത് കോടതിയിൽ ചോദ്യം ചെയ്യപ്പെട്ടു. പറവൂരിലെ 56 ബൂത്തുകളിൽമാത്രമാണ് യന്ത്രം പരീക്ഷിച്ചത്. 1984 മാർച്ച് അഞ്ചിന് തിരഞ്ഞെടുപ്പ് സുപ്രീംകോടതി റദ്ദാക്കി. തിരഞ്ഞെടുപ്പു നടത്തിപ്പിന് ആധാരമായ വ്യവസ്ഥകൾ അടങ്ങുന്ന 1951 ലെ ജനപ്രാതിനിധ്യനിയമ (The Representation of People's Act)ത്തിൽ പേപ്പർ ബാലറ്റുകളെപ്പറ്റിമാത്രമേ പറഞ്ഞിരുന്നുള്ളൂ. ഈ നിലയ്ക്ക് ഇലക്ട്രോണിക് വോട്ടിന് സാധുതയില്ലെന്ന് സുപ്രീംകോടതി ചൂണ്ടിക്കാട്ടി. തുടർന്നാണ് 1989 ലെ ഭേദഗതി. 2000 ൽ നിലവിൽവന്ന ഇൻ

ഫർമേഷൻ ടെക്നോളജി നിയമ (Information Technology Act 2000)വും ഇലക്ട്രോണിക് വോട്ടിന് നിയമപിൻബലം നൽകുന്നുണ്ട്. വോട്ടിങ് യന്ത്രത്തിൽ ശേഖരിക്കുന്ന വിവരങ്ങളെ 'ഇലക്ട്രോണിക് ഡോക്യുമെന്റ്'യി ഈ നിയമം അംഗീകരിക്കുന്നു. നിയമത്തിലെ 2 (t) വകുപ്പിലാണ് ഈ വ്യവസ്ഥ. ജനപ്രാതിനിധ്യനിയമത്തിലെ വ്യവസ്ഥയ്ക്ക് അനുബന്ധമായി ഐ ടി ആക്ടിലുള്ള ഈ വ്യവസ്ഥ ഇലക്ട്രോണിക് വോട്ടിങ് സംബന്ധമായ നിയമതർക്കങ്ങൾക്ക് പരിഹാരമുണ്ടാക്കാൻ ഭാവിയിൽ വഴിതെളിക്കും.

രാജ്യത്തെ പൊതു തിരഞ്ഞെടുപ്പിൽ പൂർണമായും വോട്ടിങ് യന്ത്രം ഉപയോഗിച്ചത് 1994 ലെ പൊതുതിരഞ്ഞെടുപ്പിലാണ്. 67,14, 87, 930 വോട്ടർമാർക്ക് 10.25 ലക്ഷം വോട്ടിങ് മെഷീനുകൾ വേണ്ടിവന്നു. രണ്ടാംതവണ 2009ലെ പൊതു തെരഞ്ഞെടുപ്പിലാണ്. 2009 ൽ 71.4 കോടി വോട്ടർമാരുണ്ടായിരുന്നു. ഒരു യന്ത്രത്തിൽ 3840 വോട്ടുവരെ രേഖപ്പെടുത്താം. എന്നാലും 1500 വോട്ടർമാർവരെയാണ് ഒരു പോളിങ് സ്റ്റേഷനിൽ ഉൾപ്പെടുത്താറ്. ഒരു യന്ത്രത്തിൽ 64 സ്ഥാനാർഥികളുടെ പേരും ചിഹ്നവും ഒരു കൺട്രോൾ യൂണിറ്റിൽ പ്രവർത്തിപ്പിക്കാം. സാധാരണ ഒരു മെഷീനിൽ 16 സ്ഥാനാർഥികൾക്കായി ഒരു ബാലറ്റ് യൂണിറ്റാണ്. വീണ്ടും കൂട്ടിച്ചേർക്കേണ്ടി വന്നാൽ മൂന്നു യൂണിറ്റുകൂടി ആകാം. ഇങ്ങനെ 64 സ്ഥാനാർഥികൾ വരെയാകാം. സ്ഥാനാർഥികളുടെ എണ്ണം 64 ൽ കൂടിയാൽ കടലാസ് ബാലറ്റ് ഉപയോഗിക്കേണ്ടിവരും. 2004 ലെ തിരഞ്ഞെടുപ്പിൽ രാജ്യവ്യാപകമായി വോട്ടിങ് മെഷീൻ ഉപയോഗിച്ചപ്പോൾ പോളിങ് സ്റ്റേഷനുകളുടെ എണ്ണം 7,70,000 ൽനിന്ന് ഏഴു ലക്ഷമായി കുറയ്ക്കാനായി. കാരണം ഓരോ പോളിങ് സ്റ്റേഷനിലെയും വോട്ടർമാരുടെ എണ്ണം 300 വീതം കൂട്ടാനായി (1200 ൽനിന്ന് 1500 ആക്കി).

തിരഞ്ഞെടുപ്പു കമീഷന്റെ മേൽനോട്ടത്തിൽ ഇലക്ട്രോണിക്സ് കോർപ്പറേഷൻ ഓഫ് ഇന്ത്യയാണ് ഈ യന്ത്രങ്ങൾ തയാറാക്കുന്നത്. എന്നാൽ ഇന്ത്യയെപ്പോലെ ലോകമെങ്ങും വോട്ടിങ് മെഷീൻ ഇപ്പോഴും ചില വിദേശ രാജ്യങ്ങളിൽ അത്ര സ്വീകാര്യമായിട്ടില്ല. പ്രത്യേകിച്ച് ശാസ്ത്ര, സാങ്കേതിക ശാസ്ത്രരംഗങ്ങളിൽ ഏറെ മുന്നേറിയ അമേരിക്ക പോലുള്ള രാജ്യങ്ങളിൽ. അമേരിക്ക, ഇന്ത്യ, ബ്രസീൽ തുടങ്ങിയ രാജ്യങ്ങളിലാണ് വോട്ടിങ് മെഷീനുകൾ വ്യാപകമായി ഉപയോഗിച്ചിട്ടുള്ളതെങ്കിലും അമേരിക്കയിൽ നിന്നാണ് മെഷീനെതിരെ ഏറ്റവും കൂടുതൽ പരാതികൾ.

ഐ എസ് ഒ സർട്ടിഫിക്കറ്റ് നേടിയ ക്ഷേത്രം

ലോകത്തിൽ ആദ്യമായി ഐ എസ് ഒ സർട്ടിഫിക്കറ്റ് നേടിയ ക്ഷേത്രം?

മലേഷ്യയിൽ കോലാലംപൂരിലെ ശ്രീസുന്ദരരാജ പെരുമാൾ ക്ഷേത്രത്തിനാണ് 2007 ൽ ഐ എസ് ഒ 9001: 2000 സർട്ടിഫിക്കറ്റ് ലഭിച്ചത്.

സാംസ്കാരികം, സാമൂഹ്യ സേവനം എന്നീ മേഖലകളിലെ ഗുണപരമായ പ്രവർത്തനത്തിനാണ് ഈ സർട്ടിഫിക്കറ്റ് ലഭിച്ചതെന്ന് ക്ഷേത്രം ഭാരവാഹികൾ പറഞ്ഞു. എന്നാൽ ഇതിനുശേഷം ചില ക്ഷേത്രങ്ങളുടെ വിവിധ സാമൂഹ്യസേവനപ്രവർത്തനത്തിന് ഐ എസ് ഒ അംഗീകാരം ലഭിച്ചതായും റിപ്പോർട്ടുകളുണ്ട്.

നോയിഡയിലെ സായി ക്ഷേത്രത്തിൽ ഭക്തർക്ക് സൗജന്യമായി ഭക്ഷണം നൽകുന്നതിനുള്ള യന്ത്രവൽകൃതസംവിധാനത്തിന് ഐ എസ് ഒ ലഭിച്ചതായി റിപ്പോർട്ടുകളുണ്ട്.

ശ്രീ സുന്ദരരാജ പെരുമാൾ ക്ഷേത്രം

തയ്യൽ മെഷീൻ

തയ്യൽ മെഷീൻ കണ്ടുപിടിച്ചതാരാണ്?

ഫ്രഞ്ച്പട്ടാളത്തിനു യൂണിഫോം തയ്ക്കാൻ ഫ്രാൻസിലെ ബെർത്തെലേമി തിമോണിയെർ 1841 ൽ നിർമിച്ചതാണ് ആദ്യത്തെ പ്രായോഗിക തയ്യൽമെഷീൻ. ഇതിനു പേറ്റന്റുമെടുത്തു. ഇതിനുമുമ്പ് 1832–34 കാലത്ത് ന്യൂയോർക്ക് നഗരത്തിലെ ഏലിയാസ് വാൾട്ടർ ഹണ്ട് ഒരു തയ്യൽമെഷീന്റെ മാതൃക നിർമിച്ചെങ്കിലും പേറ്റന്റ് എടുത്തില്ല. ബെർത്തലേമിയുടെ മെഷീന്റെ തുടർച്ചയായി 1846 ൽ അമേരിക്കയിലെ ഏലിയാസ് ഹൗവെ കുറച്ചുകൂടി ആധുനികമായ തയ്യൽമെഷീന്റെ മാതൃക നിർമിച്ച് പേറ്റന്റെടുത്തു.

വാലന്റയിൻസ് ദിനം

'വാലന്റയിൻസ് ഡേ' എന്നതുകൊണ്ട് എന്താണ് ഉദ്ദേശിക്കുന്നത്?

ഫെബ്രുവരി 14 'വാലന്റ യിൻസ് ഡേ' ആയി ആഘോഷിക്കുന്നതിനു പിന്നിൽ നിരവധി കഥകൾ പ്രചാരത്തിലുണ്ടെങ്കിലും ഏറ്റവും പ്രധാനം മൂന്നാംനൂറ്റാണ്ടിൽ റോമിൽ ഉണ്ടായിരുന്നുവെന്നു കരുതുന്ന വാലന്റയിൻ എന്ന പുരോഹിതന്റെ പേരുമായി ബന്ധ പ്പെട്ടതാണ്. നല്ല പട്ടാളക്കാരാവണമെങ്കിൽ യുവാക്കൾ വിവാഹം കഴിക്കരുതെന്ന് ചക്രവർത്തി ക്ലോ

ഡിയസ് രണ്ടാമൻ ഉത്തരവിട്ടുവത്രെ. എന്നാൽ, ചക്രവർത്തി അറിയാതെ യുവാക്കളുടെയും സ്നേഹഭാജനങ്ങളുടെയും വിവാഹത്തിന് വാലന്റയിൻ പുരോഹിതൻ കാർമികത്വം വഹിച്ചുവെന്നും ഇതേതുടർന്ന് ചക്രവർത്തിയുടെ നിർദേശപ്രകാരം പുരോഹിതനെ വധിച്ചുവെന്നും ഒരു ഐതിഹ്യം. എന്നാൽ പുരോഹിതനെ തടവറയിലാക്കിയെന്നും അവിടെനിന്ന് നിരവധി തടവുകാരെ വാലന്റയിൻ രക്ഷപ്പെടുത്തിയെന്നും ജയിലിൽ മരണത്തിനു തൊട്ടുമുമ്പ്, തന്നെ കാണാൻ വരുമായിരുന്ന സഹതടവുകാരന്റെ മകൾക്ക് (ജെയിലറുടെ മകളെന്നും പറയുന്നു) 'യുവർ വാലന്റീയൻ'എന്ന സന്ദേശവുമായി ഒരു റോസാപുഷ്പം നൽകിയെന്നും ഇതിന്റെ സ്മരണയ്ക്കായാണ് വാലന്റയിൻ ദിനത്തിൽ പൂക്കൾ കൈമാറുന്നതെന്നും മറ്റൊരുവാദം. എ ഡി 269 ഫെബ്രുവരി 14ന് തടവറയിൽ വച്ചുതന്നെ സെന്റ് വാലന്റയിൻ മരിച്ചെന്നാണ് വിശ്വാസം. ഇതാണത്രെ ഫെബ്രുവരി 14ന് സ്നേഹിക്കുന്നവരുടെ ദിനമായി പ്രചരിച്ചത്.

അജിനോമോട്ടോ

ഫാസ്റ്റ്ഫുഡിൽ ചേർക്കാറുള്ള അജിനോമോട്ടോ ഏതു രാജ്യക്കാരാണ് കണ്ടുപിടിച്ചത്? ഇത് ശരീരത്തിന് ദോഷകരമാണോ?

പ്രൊഫ. കിക്കുറെ ഇക്കോഡ

ഭക്ഷണപദാർഥങ്ങൾക്ക് രുചി കൂട്ടാൻ ചേർക്കുന്ന വസ്തുവായ മോണോ സോഡിയം എൽ ഗ്ലൂട്ടമേറ്റ് (എം എസ് ജി) അഥവാ അജിനോമോട്ടോ കണ്ടുപിടിച്ചത് ജപ്പാൻകാരാണ്. കടൽപ്പായലിൽ നിന്നുണ്ടാക്കുന്ന ഒരുതരം സൂപ്പ് ഭക്ഷണത്തിൻെറ രുചികൂട്ടാൻ ജപ്പാൻകാർ പണ്ടുകാലംമുതലേ ഉപയോഗിച്ചിരുന്നു. എന്നാൽ ഇതിൽ അടങ്ങിയ രാസവസ്തു തിരിച്ചറിഞ്ഞത് 1866 ൽ ജർമൻ കെമിസ്റ്റ് കാൾ ഹീൻറിച്ച് ലെപോൾഡ് റിത്തോസനാണ്. എന്നാൽ 1907 ൽ ജാപ്പനീസ് ഗവേഷകൻ പ്രൊഫ. കിക്കുനെ ഇക്കോഡയാണ് ഇത് കൃത്രിമമായി നിർമിക്കാമെന്ന് കണ്ടുപിടിച്ച് പേറ്റന്റ് നേടിയത്. അജിനോമോട്ടോ അമിതമായി

ശരീരത്തിൽ എത്തിയാൽ പല രോഗങ്ങളും ഉണ്ടാകുന്നതായി കണ്ടെത്തിയിട്ടുണ്ട്. ഇന്ത്യയിൽ മായംചേർക്കൽ നിരോധനനിയമപ്രകാരം, ഫാസ്റ്റ്ഫുഡ് പായ്ക്കറ്റുകളിൽ എം എസ് ജിയുടെ അളവ് എഴുതണം. ഇത്തരം പായ്ക്കറ്റ് ഭക്ഷണം 12 മാസത്തിൽക്കൂടുതൽ സൂക്ഷിക്കരുത്. 12മാസത്തിൽ താഴെ പ്രായമുള്ള കുട്ടികൾക്ക് അജിനോമോട്ടോ കലർന്ന ഭക്ഷണം നൽകരുതെന്ന് പായ്ക്കറ്റിൽ എഴുതണമെന്നും നിയമം നിഷ്കർഷിക്കുന്നു.

സയനൈഡ്

സയനൈഡ് കഴിച്ചാൽ ഉടൻ മരണം എന്നു പറയുന്നതെന്താണ്?

നമ്മൾ കഴിക്കുന്ന ഭക്ഷണത്തിൽനിന്നും ഓക്സീകരണത്തിലൂടെ ശരീരത്തിന് ഊർജം ഉൽപ്പാദിപ്പിക്കുന്ന പ്രക്രിയ (ഓക്സീകരണം) തടസപ്പെടുത്തുന്ന രാസവസ്തുവാണ് സയനൈഡ്. ഓക്സീകരണത്തിനു സഹായിക്കുന്ന എൻസൈമുകളെ നശിപ്പിക്കുന്നതിനുള്ള സയനൈഡിന്റെ കഴിവാണ് ഇതിനുകാരണം.

സേഫ്റ്റി പിൻ

സേഫ്റ്റി പിൻ ആരാണു കണ്ടുപിടിച്ചത്?-

1849 ൽ ന്യൂയോർക്കിലെ മെക്കാനിക്ക് വാൾട്ടർ ഹണ്ടാണ് ആധുനിക രീതിയിലുള്ള സേഫ്റ്റി പിൻ കണ്ടുപിടിച്ചത്.

മുതലക്കണ്ണീർ

മുതലക്കണ്ണീർ എന്നു പറയാറുണ്ടല്ലോ. മുതലകൾ കരയുന്നതാണോ?

മുതലകൾ ശരിക്കും കരയുന്നുണ്ടെന്നാണ് ഏറ്റവുമൊടുവിൽ പുറത്തുവന്ന പഠനം പറയുന്നത്. അമേരിക്കയിലെ ഫ്ളോറിഡ സർവകലാശാലയിൽ നടന്ന പഠനത്തിലാണ് മുതലകൾ തിന്നുമ്പോൾ കരയുന്നതു തന്നെയാണെന്ന് കണ്ടെത്തിയത്. ശരിക്കും കരയുമ്പോൾ നടക്കുന്ന പ്രവർത്തനംതന്നെയാണ് മുതലയുടെ കണ്ണീരുണ്ടാക്കുന്നതെന്നാണ് ക്ലെന്റ് വ്ളൈറ്റിന്റെ നേതൃത്വത്തിൽ നടന്ന പഠനം തെളിയിച്ചിട്ടുള്ളത്.

പതിമൂന്നാം നൂറ്റാണ്ടിൽ ഫ്രാൻസിൽ സന്യാസിയായ ബർത്തലോമിയസ് ആംഗ്ലിക്കൻ രചിച്ച *എൻസൈക്ലോപീഡിയ ഓഫ് നാച്ചുറൽ സയൻസസ്* എന്ന പുസ്തകത്തിലെ പരാമർശമാണ് സങ്കടമില്ലാതെയുള്ള കണ്ണീരിനെ മുതലക്കണ്ണീർ എന്ന രീതിയിൽ പ്രചരിക്കാൻ തുടങ്ങിയത്. മുതല ഒരാളെ കണ്ടാൽ കൊന്നുതിന്നുകയും തിന്നുമ്പോൾ കരയുകയും ചെയ്യുമെന്നാണ് ആ ഗ്രന്ഥത്തിൽ പറഞ്ഞിരിക്കുന്നത്. ലോകമാകെ സാഹിത്യകൃതികളിൽ ഇതു പ്രചരിച്ചതോടെ മുതലയുടേത് യഥാർഥ കരച്ചിലല്ലെന്നും വാദമുണ്ടായിരുന്നു.

വെള്ളക്കോളർ, നീലക്കോളർ

ഓഫീസ് ജോലികളെയും സർക്കാർ ജോലികളെയും 'വെള്ളക്കോളർ ഉദ്യോഗം' എന്നു പറയുന്നതെന്താണ്? നീലക്കോളർ ജോലി ഏതു തരം ജോലിയാണ്?

ആദ്യകാലങ്ങളിൽ ഇംഗ്ലീഷ് രാജ്യങ്ങളിൽ മനുഷ്യാധ്വാനം കൂടിയ ജോലിയെ 'നീലക്കോളർ' ജോലി എന്നാണ് പറഞ്ഞിരുന്നത്. അക്കാലത്ത് കൂടുതൽ വൈദികരും പള്ളിക്കാര്യങ്ങൾക്കു പുറമെ ഡോക്ടർ/വക്കീൽ/ അക്കൗണ്ടന്റ് തുടങ്ങിയ ജോലികൾ ചെയ്യുമായിരുന്നു. അതുകൊണ്ട് അവർ ചെയ്യുന്ന ജോലികൾ എന്ന അർഥത്തിൽ 'വെള്ളക്കോളർ' ജോലി എന്നു പറഞ്ഞു. വൈദികരെ ഇംഗ്ലീഷിൽ ക്ലർജിമാൻ, ക്ലറിക്സ് എന്നും വിളിക്കുമായിരുന്നു. വൈദികരുടെ വെളുത്ത ഉടുപ്പിൻെറ കോളർ 'ക്ലറിക്കൽ കോളർ' എന്നാണ് അറിയപ്പെട്ടിരുന്നത്. അവരുടെ ജോലി എന്ന അർഥത്തിൽ വെള്ളക്കോളർ (White Collar)എന്നും വിശേഷിപ്പിച്ചു.

മനുഷ്യാധ്വാനം കൂടുതൽ ആവശ്യമായ ജോലികളെയാണ് നീലക്കോളർ ജോലി എന്നു പറയുന്നത്. 19–ാം നൂറ്റാണ്ടിൽ പാശ്ചാത്യരാജ്യങ്ങളിൽ വ്യവസായ തൊഴിലാളികൾക്ക് നീലനിറത്തിലുള്ള യൂണിഫോമായിരുന്നു. ഇതാണ് നീലക്കോളർ എന്ന പേരുവന്നത്.

ജീവപര്യന്തം

ജീവപര്യന്തം കഠിനതടവ് എന്നതുകൊണ്ട് ഉദ്ദേശിക്കുന്നത് ജീവിതാവസാനംവരെയാണോ?

ജീവപര്യന്തം തടവ് എന്നാൽ 'ശിക്ഷിക്കപ്പെടുന്ന പ്രതിയുടെ ശേഷിച്ച ജീവിതകാലം മുഴുവൻ' എന്നുതന്നെയാണ് അർഥം. സുപ്രീം കോടതി പലവട്ടം ഇക്കാര്യം വ്യക്തമാക്കിയിട്ടുമുണ്ട്.

എന്നാൽ ക്രിമിനൽ നടപടിച്ചട്ടത്തിലെ 432, 433എ എന്നീ വകുപ്പുകളനുസരിച്ച് ശിക്ഷാകാലാവധിയിൽ ഇളവുനൽകാൻ സർക്കാരിനു കഴിയും. മരണശിക്ഷ വിധിക്കാവുന്ന കുറ്റങ്ങൾക്ക് ശിക്ഷ അനുഭവിക്കുന്നവരുടെ കാര്യത്തിൽ 14 വർഷമെങ്കിലും ശിക്ഷ അനുഭവിച്ചശേഷമേ ഇളവ് പരിഗണിക്കാൻ കഴിയൂ.

ടെലിവിഷൻ റേറ്റിങ്ങ്

ടെലിവിഷൻ പരിപാടികളുടെ പ്രചാരം അളക്കുന്ന മാനദണ്ഡമെന്താണ്?

ടെലിവിഷൻ പരിപാടികളുടെ പ്രചാരം അളക്കുന്ന സർവേ ടെലിവിഷൻ ഓഡിയൻസ് മെഷർമെന്റ് (ടി എ എം) എന്നാണ് ലോകവ്യാപകമായി അറിയപ്പെടുന്നത്. ഇന്ത്യയിൽ ഇത് ടെലിവിഷൻ റേറ്റിങ്ങ്സ് പോയിന്റ്സ് (ടി ആർ പി) എന്നും അറിയപ്പെടുന്നു. ഈ സർവേക്ക് പ്രധാനമാ

യും രണ്ടു മാർഗങ്ങളാണ് ഉപയോഗിക്കുന്നത്. ഒന്ന് ടെലഫോണിലൂടെ വീടുകളിൽ വിളിച്ച് ഏതൊക്കെ ചാനൽ എത്രസമയം കാണുന്നുവെന്ന് അന്വേഷിച്ച് രേഖപ്പെടുത്തൽ. രണ്ടാമത് പീപ്പിൾ മീറ്റർ എന്ന ഇലക്ട്രോണിക് ഉപകരണം സർവേ നടത്താൻ തെരഞ്ഞെടുക്കപ്പെട്ട വീടുകളിൽ സ്ഥാപിച്ച് വിവരങ്ങൾ റെക്കോർഡ്ചെയ്ത് കംപ്യൂട്ടർഡാറ്റ ശേഖരിക്കൽ. രണ്ടാമത്തേതാണ് കൂടുതൽ പ്രായോഗികം. ടെലിവിഷൻ സെറ്റിനു സമീപം സ്ഥാപിക്കുന്ന മീറ്ററിൽ ടെലിവിഷൻ ചാനലുകളുടെ ഉപയോഗവും സമയവും 24 മണിക്കൂറും രേഖപ്പെടുത്തുകയും ടെലിഫോൺ ലൈൻവഴി സർവെകേന്ദ്രത്തിലെ കംപ്യൂട്ടറിൽ രേഖപ്പെടുത്തുകയുംചെയ്യും. മീറ്ററിൽ കുടുംബത്തിലെ ഓരോരുത്തർക്കും പ്രത്യേകം ബട്ടൺ നൽകുന്നതുകൊണ്ട് ഓരോ പ്രായക്കാരും ഏതുതരം ചാനലാണ് കാണുന്നതെന്നും രേഖപ്പെടുത്താം.

സി എഫ് എല്ലും എൽ ഇ ഡിയും

സി എഫ് എൽ ബൾബുകൾ കണ്ടുപിടിച്ചത് ആരാണ്? എൽ ഇ ഡിയുമായി ഇതിനുള്ള വ്യത്യാസമെന്താണ്?

സി എഫ് എൽ

1890 ൽ പീറ്റർകൂവെറ്റ് ഹെവിറ്റാണ് സി എഫ് എല്ലി (കോംപാക്റ്റ് ഫ്ളൂറസന്റ് ലൈറ്റ്) ന്റെ ആദ്യരൂപം കണ്ടെത്തിയത്. 1973 ൽ അമേരിക്കയിൽ ആധുനിക രൂപത്തിലുള്ള സി എഫ് എല്ലുകൾ രൂപം കൊണ്ടു. അക്കാലത്തുണ്ടായ എണ്ണപ്രതിസന്ധി ഊർജരംഗത്തേയും ബാധിച്ചപ്പോൾ ജനറൽ ഇലക്ട്രിക്കൽസിലെ എൻജിനീയറായ എഡ്ഹാമറാണ് വൈദ്യുതോപഭോഗം തീരെ കുറഞ്ഞ സി എഫ് എല്ലിന്റെ ആധുനിക രൂപം കണ്ടെത്തിയത്.

ബൾബും മാഗ്നറ്റും അടങ്ങിയതാണ് സി എഫ് എല്ലിന്റെ പ്രഥമ ഭാഗം. ഇതിലേക്ക് ഊർജം കടത്തിവിടുമ്പോൾ വായുവിന്റെ മർദം കുറയുകയും മെർക്കുറിയിൽ ലയിച്ച് അൾട്രാ വയലറ്റ് പ്രകാശം പുറപ്പെടുകയും ചെയ്യും. ഫോസ്ഫറസ് കോട്ടിങ്ങിലൂടെ പ്രകാശം ബൾബിന് പുറത്തേക്കു കടക്കുന്നു.

സി എഫ് എല്ലിൽ സാധാരണ ഫിലമെന്റ് ബൾബുകളെ അപേക്ഷിച്ച് ഊർജക്ഷമത വളരെ കൂടുതലാണ്. ബൾബിനെക്കാളും 80 ശത

മാനം വൈദ്യുതി ലാഭിക്കാനാകും ഇത് ഉപയോഗിക്കുമ്പോൾ. ബൾബ് ഒരുവാട്ടിന് 15 ല്യൂമനി(പ്രകാശ പ്രവാഹ ഏകകം)ൽ താഴെ മാത്രം പ്രകാശം നൽകുമ്പോൾ, സി എഫ് എൽ വാട്ടിന് അറുപത്തഞ്ചിൽപ്പരം ല്യൂമൻ പ്രകാശം നൽകും.

ഭാവിയിലെ വെളിച്ചം പൂർണമായും എൽ ഇ ഡി ബൾബുകളാ (ലൈറ്റ് എമിറ്റിങ് ഡയോഡ്)യിരിക്കുമെന്നാണ് കരുതുന്നത്. വിദേശങ്ങളിൽ ഇപ്പോൾത്തന്നെ ഏറെ പ്രചാരത്തിലുള്ളവയാണ് എൽ ഇ ഡി കൾ.

വൈദ്യുതി കടത്തി വിടുമ്പോൾ ബൾബിന്റെ ഉള്ളിലുള്ള സുഷിരങ്ങളും ഇലക്ട്രോണുകളും കൂടിച്ചേർന്ന് പ്രകാശം പുറപ്പെടുവിക്കുന്നതാണ് ഇതിന്റെ പ്രവർത്തന തത്വം. തീരെ ചെറിയ എൽ ഇ ഡിക്ക് സാധാരണ ബൾബുകളുടെ പത്തിലൊന്ന് ഊർജം മാത്രമേ ആവശ്യമുള്ളൂ. 2 മുതൽ 10 വരെ വാട്ട് വൈദ്യുതിയേ വേണ്ടൂ. പത്തുവർഷത്തോളം കേടുകൂടാതെ പ്രവർത്തിക്കുകയും ചെയ്യും. അറ്റകുറ്റപ്പണി കുറവായതും വെളിച്ചം ആവശ്യമുള്ള സ്ഥലത്ത് കേന്ദ്രീകരിക്കുന്നതുമായ എൽ ഇ ഡി കൾ. പരിസ്ഥിതി സൗഹൃദവുമാണ്.

ടയറിന്റെ കറുപ്പുനിറം

ടയറുകൾ കറുപ്പുനിറത്തിലാണല്ലോ. എന്താണ് മറ്റു നിറത്തിൽ കാണാത്തത്?

റബർകൊണ്ടാണ് ടയർ നിർമിച്ചിരിക്കുന്നതെങ്കിലും അതിന്റെ ഉറപ്പിനു കാരണം അതിൽ 30 ശതമാനത്തോളം ചേർക്കുന്ന കാർബൺ പൊടിയാണ്. ഇതാകട്ടെ കറുപ്പുനിറത്തിലാണ്. അതാണ് ടയർ കറുപ്പുനിറമാകുന്നത്.

ട്വന്റി 20

ലോകകപ്പിൻെറ ലോഗോകളിൽ 'Twenty 20' എന്നാണല്ലോ എഴുതുന്നത്. ഇതിൻെറ ചരിത്രമെന്താണ്?

വൺഡേ, ടെസ്റ്റ് മാച്ച് എന്നിവയിൽനിന്നു വ്യത്യസ്തമായി ക്രിക്കറ്റിനെ ഫുട്ബോൾപോലുള്ള ജനപ്രിയ മത്സരത്തിൻെറ സമയപരിധിയിലേക്കു ചുരുക്കാനുള്ള പരീക്ഷണമെന്നനിലയിൽ 2003 ൽ ഇംഗ്ലണ്ടിലാണ് ട്വന്റി 20 ക്രിക്കറ്റ് മത്സരം തുടങ്ങുന്നത്. മത്സരസമയം പരമാവധി മൂന്നുമണിക്കൂർ എന്ന നിലയിൽ ഇംഗ്ലണ്ട് ആൻഡ് വെയിൽസ് ക്രിക്കറ്റ് ബോർഡാണ് ഈ മത്സരം തുടങ്ങിയത്. രണ്ടു ടീമിനും ഇരുപത് ഓവർ എന്ന അർഥത്തിലാണ് 'ട്വന്റി ട്വന്റി' എന്നുപേരിട്ടത്. എഴുതുമ്പോൾ വ്യത്യസ്തമായിരിക്കാൻ Twenty 20 എന്നും എഴുതുന്നു.

പേരില്ലാ സ്റ്റാമ്പ്

രാജ്യത്തിന്റെ പേരില്ലാത്ത തപാൽ സ്റ്റാമ്പ് ഏത് രാജ്യത്തിന്റേതാണ്?

ബ്രിട്ടീഷ് തപാൽ സ്റ്റാമ്പുകളിലാണ് രാജ്യത്തിന്റെ പേര് അച്ചടിക്കാത്തത്. ലോകത്താദ്യമായി, ബ്രിട്ടണിൽ 1840 മെയ് ആറിന് തപാൽ സ്റ്റാമ്പ് 'പെന്നി ബ്ലാക്ക്' പുറത്തിറക്കിയപ്പോൾ രാജ്യത്തെ സൂചിപ്പിക്കാൻ വിക്ടോറിയ രാജ്ഞിയുടെ ചിത്രമാണ് കൊടുത്തിരുന്നത്. പിന്നീട് അതതു കാലത്തെ രാജ്ഞിയുടെ ചിത്രം കൊടുക്കുന്ന രീതിയായി.

പെനി ബ്ലാങ്ക് തപാൽ സ്റ്റാ ബിൽവിക്ടോറിയ രാജ്ഞിയുടെ ചിത്രം

പി എം പി ഒ

ഓഡിയോ സിസ്റ്റങ്ങളിൽ എഴുതിവച്ചിരിക്കുന്ന പി എം പി ഒ എന്താണ്?

ഒരു ഓഡിയോ സിസ്റ്റത്തിന്റെ ആംപ്ലിഫയറിനു പുറത്തുവിടാൻ കഴിയുന്ന ഏറ്റവും കൂടുതൽ ശബ്ദത്തിനാണ് പി എം പി ഒ എന്നുപറയുന്നത്. Peak Music Power Output, Peak Momentary Power Output എന്നിവയുടെ ചുരുക്കരൂപമാണിത്.

എല്ലും തലയോട്ടിയും

എല്ലും തലയോട്ടിയും അപായ ചിഹ്നമായതെങ്ങനെയാണ്

1759 ൽ ബ്രിട്ടീഷ് പട്ടാളത്തിന്റെ ഒരു വിഭാഗമായ 'ഡെത്ത് ഓർ ഗ്ലോറി ബോയ്സി'ന്റെ തൊപ്പിയിലെ ബാഡ്ജിൽ ഈ ചിഹ്നം ഉപയോഗിച്ചു തുടങ്ങിയെന്ന് ചരിത്രം. പുരാതനകാലംമുതൽക്കേ ശ്മശാന കവാടങ്ങളിൽ ഈ ചിഹ്നം വരച്ചുവയ്ക്കുമായിരുന്നു. 1786 ൽ കാലിഫോർണിയയിൽ സെമിത്തേരി കവാടങ്ങളിൽ ഈ ചിഹ്നം വരച്ചിരുന്നു. പിന്നീട് വിഷമയമായ രാസവസ്തുക്കളും കീടനാശിനികളും സൂക്ഷിക്കുന്ന പാത്രങ്ങളിലും വാഹനങ്ങളിലും ഈ ചിഹ്നം വരച്ചുതുടങ്ങി. 1829 ൽ കാലിഫോർണിയയിൽ തുടങ്ങിയ ഈ ശൈലി 1870കളോടെ ലോകവ്യാപകമായി.

പിൻകോഡ്

പിൻകോഡ് കൊണ്ട് എന്താണ് ഉദ്ദേശിക്കുന്നത്? ഇത് എന്നു തുടങ്ങി?

പിൻകോഡ് (പോസ്റ്റൽ ഇൻഡക്സ് നമ്പർ) ഇന്ത്യയിൽ ആരംഭിച്ചത് 1972 ആഗസ്ത് 15നാണ്. രാജ്യത്തെ എട്ടു തപാൽമേഖലകളായി തിരിച്ചിരിക്കുന്നു. ആദ്യ അക്കം ഓരോ മേഖലയെയും സൂചിപ്പിക്കുന്നു. രണ്ടാമത്തെ അക്കംകൂടി ചേർന്നാൽ തപാൽ സർക്കിളിനെ (സംസ്ഥാനത്തെ) സൂചിപ്പിക്കുന്നു. മൂന്നാമത്തെ അക്കം കൂട്ടിച്ചേർത്താൽ ആദ്യ മൂന്ന് അക്കങ്ങൾ തപാൽ ജില്ലയെ വ്യക്തമാക്കുന്നു. അവസാന മൂന്ന് അക്കങ്ങൾ നിർദിഷ്ട പോസ്റ്റ് ഓഫീസിനെ സൂചിപ്പിക്കുന്നു.

ഔദ്യോഗിക ഭാഷകൾ

ലോകത്ത് എത്ര ഭാഷകൾ ഉപയോഗിക്കുന്നു? യു എൻ-ൽ എത്ര ഔദ്യോഗിക ഭാഷകൾ ഉണ്ട്?

ലോകത്ത് 6912 ഭാഷകൾ ഇപ്പോഴും സജീവമായി ഉപയോഗിക്കുന്നുണ്ടെന്നാണ് അനൗദ്യോഗിക കണക്ക്. ഐക്യരാഷ്ട്രസഭയുടെ ഔദ്യോഗിക ഭാഷകൾ അറബി, ചൈനീസ്, ഇംഗ്ലീഷ്, ഫ്രഞ്ച്, റഷ്യൻ, സ്പാനിഷ് എന്നിവയാണ്. ഇംഗ്ലീഷും ഫ്രഞ്ചുമാണ് ദൈനംദിനം ഉപയോഗിക്കുന്ന ഭാഷകൾ.

സ്വതന്ത്ര സോഫ്റ്റ്‌വെയർ

എന്താണ് സ്വതന്ത്ര സോഫ്റ്റ്‌വെയർ? വിൻഡോസിൽനിന്ന് ഇതിന് എന്താണ് വ്യത്യാസം?

കുത്തക സോഫ്റ്റ്‌വെയറിൽനിന്ന് വ്യത്യസ്തമായി സ്വതന്ത്ര സോ

റിച്ചാർഡ് സ്റ്റാൾമാൻ

ഫ്റ്റ്‌വെയർ സ്രോതസ് കോഡ് വെളിപ്പെടുത്തുന്നതുകൊണ്ട് അതു പ്രയോഗിക്കുന്നവർക്ക് ആ സോഫ്റ്റ്‌വെയറിൽ ആവശ്യങ്ങൾക്കനുസരിച്ച് മാറ്റം വരുത്താനും അതിന്റെ പുതിയ പതിപ്പുകൾ നിർമിക്കാനും അത് മറ്റുള്ളവർക്ക് കൈമാറാനും കഴിയും. എന്നാൽകുത്തക സോഫ്റ്റ്‌വെയറിൽ അതിനു സാധിക്കില്ലെന്നു മാത്രമല്ല, പുതിയ പതിപ്പുകൾ ആവശ്യമായി വരുമ്പോൾ അവരിൽ നിന്നു തന്നെ വാങ്ങേണ്ടി വരുന്നു. വിൻഡോസ് ബഹുരാഷ്ട്ര കുത്തകയായ മൈക്രോസോഫ്റ്റിന്റെ ഒരു സോഫ്റ്റ്‌വെയറാണ്.

1980കളിലാണ് വിദേശ രാജ്യങ്ങളിൽ സോഫ്റ്റ്‌വെയർ പേറ്റന്റ് തുടങ്ങിയത്. അതുവരെ സോഫ്റ്റ്‌വെയറുകളുടെ പേറ്റന്റ് അനുവദിച്ചിരുന്നില്ല. ഈ പേറ്റന്റ് സമ്പ്രദായം കുത്തകകളുടെ താൽപ്പര്യം സംരക്ഷിക്കുന്നതായിരുന്നു. ഇതേത്തുടർന്ന് മസാചുസെറ്റ്സ് ഇൻസ്റ്റിറ്റ്യൂട്ട് ഓഫ് ടെക്നോളജിൽയിൽനിന്നു സ്വയം വിരമിച്ച് റിച്ചാർഡ് സ്റ്റാൾമാൻ 1983 ൽ സ്വതന്ത്രസോഫ്റ്റ്‌വെയർ എന്ന ബദൽമാതൃകയ്ക്കുവേണ്ടി പരീക്ഷണങ്ങൾ ആരംഭിച്ചു. അന്നത്തെ കുത്തക സോഫ്റ്റ്‌വെയറായിരുന്ന യൂണിക്സി(unix)നു ബദലായി അദ്ദേഹം 1984 ൽ ഗ്നു (GNU-Gnu Not Unix) എന്ന സ്വതന്ത്ര സോഫ്റ്റ്‌വെയറും വികസിപ്പിച്ചു. സ്രോതസ്സ് കോഡ് വെളിപ്പെടുത്തി മറ്റുള്ളവർക്ക് പരിഷ്കാരം വരുത്താൻ അവസരം നൽകി. 1987 ൽ ആൻഡ്രൂസ് ടാൻബോം മിനിക്സ് എന്ന സ്വതന്ത്ര സോഫ്റ്റ്‌വെയറും വികസിപ്പിച്ചു. എന്നാൽ 1991 ൽ 21 വയസുള്ള ലിനസ് ടൊർവാൾഡോ എന്ന ഫിൻലാൻഡുകാരനായ വിദ്യാർഥി വികസിപ്പിച്ചെടുത്ത ലിനക്സ് എന്ന സോഫ്റ്റ്‌വെയർ വിപ്ലവകരമായ മാറ്റങ്ങൾക്കു തുടക്കമിട്ടു. റിച്ചാർഡ് സ്റ്റാൾമാന്റെ നേതൃത്വത്തിൽ സ്വതന്ത്രസോഫ്റ്റ്‌വെയർ ഫൗണ്ടേഷൻ രൂപീകരിച്ചതും ഇതിനു ലോകവ്യാപകമായി സ്വതന്ത്രസോഫ്റ്റ്‌വെയർ ഗവേഷകർക്കും ആവേശം പകർന്നു. വെബ്സൈറ്റ് www.-fsf.org

ലോട്ടറിയുടെ തുടക്കം

ലോട്ടറി സമ്പ്രദായം എന്നാണ് നിലവിൽവന്നത്? കേരളത്തിൽ ലോട്ടറിവകുപ്പ് ആരംഭിച്ചത് എന്നാണ്?

ബി സി 187നും 205നും ഇടയ്ക്ക് ചൈനയിൽ ഹാൻ രാജവംശകാലത്ത് ലോട്ടറിയുടെ ആദ്യകാല രൂപമായ 'കീനോ' നടത്തിയിരുന്നതായി ചരിത്രരേഖകൾ പറയുന്നു. ചൈനീസ് വൻമതിൽപോലുള്ള സർക്കാർ പദ്ധതികൾക്ക് ഫണ്ട് ശേഖരണത്തിന് ലോട്ടറി നടത്തിയിരുന്നു. യൂറോപ്പിലെ ആദ്യ ലോട്ടറി 15–ാം നൂറ്റാണ്ടിൽ ഉണ്ടായിരുന്ന ബുർ ഗുണ്ടി ആൻഡ് ഫ്ളാന്റേഴ്സാണ്. ഫ്രാൻസിൽ ഫ്രാൻസിസ് ഒന്നാമന്റെ (1520–1539) കാലത്താണ് ആദ്യ യൂറോപ്യൻ പബ്ലിക് ലോട്ടറിക്ക് ഔദ്യോഗിക അനുമതി നൽകിയത്.

1967 സെപ്തംബർ ഒന്നിന് കേരളത്തിൽ ലോട്ടറിവകുപ്പ് ആരംഭിച്ചു. നവംബർ ഒന്നിന് ടിക്കറ്റ് വിൽപ്പന തുടങ്ങി. 1968 ജനുവരി 26ന് ആദ്യ നറുക്കെടുപ്പ്.

വെള്ളിത്തിര

സിനിമാ സ്ക്രീനിന് 'വെള്ളിത്തിര' എന്നു പറയുന്നതെന്താണ്?

സിനിമയുടെ ആദ്യകാലങ്ങളിൽ ഉപയോഗിച്ചിരുന്ന സ്ക്രീനായ 'സിൽവർ സ്ക്രീൻ' (silver screen) അഥവാ 'സിൽവർ ലെന്റികുലർ സ്ക്രീനി'ൻെറ മലയാള പരിഭാഷയായാണ് 'വെള്ളിത്തിര' എന്ന വാക്കു വന്നതെന്നു കരുതുന്നു. അക്കാലത്ത് ഉയർന്ന പ്രതിഫലനശേഷിയുള്ള സ്ക്രീൻ നിർമിക്കാൻ ഉപയോഗിച്ചിരുന്ന വസ്തുക്കളിൽ കൂടുതലായി അടങ്ങിയിരുന്നത് വെള്ളി (silver)യാണ്. എന്നാൽ ഇന്ന് അത്തരം വസ്തുക്കൾ ഉപയോഗിച്ച സ്ക്രീനല്ല ഉപയോഗിക്കുന്നതെങ്കിലും സിനിമാ സ്ക്രീനിന് ആ പഴയപേര് തുടരുന്നു. സിന്തറ്റിക് ഫൈബർ, സിൽക്ക് തുടങ്ങിയ വസ്തുക്കൾ ഇന്ന് തീയറ്റർ സ്ക്രീൻ നിർമിക്കാൻ ഉപയോഗിക്കുന്നു

ഹവാലയും കുഴൽപ്പണവും

'ഹവാല പണമിടപാട്' എന്നാലെന്ത്?

പഴയകാലത്ത് വിശ്വാസത്തിൻെറ അടിസ്ഥാനത്തിൽ രേഖകളില്ലാതെ പണമിടപാട് നടത്തിയിരുന്നതുമായി ബന്ധപ്പെട്ടുള്ള 'വിശ്വാസം' എന്നർഥമുള്ള പഴയ പേർഷ്യൻ വാക്കാണ് 'ഹവാല'.

വിവിധ രാജ്യങ്ങളുടെ ബാങ്കിങ്, വിദേശനാണ്യ വിനിമയ നിയമങ്ങളുടെ കണ്ണുവെട്ടിച്ച് പണം കൈമാറുന്ന സമ്പ്രദായമാണിത്. കള്ളപ്പണം മാത്രമല്ല നല്ലപണവും ഇങ്ങനെ കൈമാറാറുണ്ട്. ഉദാഹരണത്തിന്

വിദേശത്തുള്ള ഒരാൾ നാട്ടിലെ ഒരാൾക്കു പണം അയക്കുന്നുവെന്നു കരുതുക. വിദേശത്തെ ആൾ അവിടെയുള്ള x എന്ന ഏജൻസിയെ പണം ഏൽപ്പിക്കുന്നു. x നാട്ടിലെ y ഏജൻസിയോട് നാട്ടിലെ ആൾക്ക് പണം എത്തിക്കാൻ കോഡ് സന്ദേശം നൽകും. xഉം yഉം തമ്മിൽ മറ്റ് ബിസിനസ് ബന്ധങ്ങളുണ്ടാകും. yയ്ക്ക് x പണം നൽകുന്നത് അവർ തമ്മിലുള്ള ഉൽപ്പന്ന കയറ്റുമതി/ഇറക്കുമതി ഇടപാടിൽ ഈ പണംകൂടി ഉൾപ്പെടുംവിധം കണക്ക് കൂട്ടിയോ/കുറച്ചോ എഴുതിയാണ്. സമാനരീതിയിലുള്ള പല ഇടപാടുകളും ഹവാലയിലുണ്ട്. പണം കൈമാറിയതിന് രേഖകൾഇല്ലാത്തതുകൊണ്ട് എപ്പോൾ വേണമെങ്കിലും കബളിപ്പിക്കപ്പെടാം. ഹവാല ഇടപാടുകാർ ബാങ്കുകളേക്കാൾ കുറച്ച് കമീഷൻ ഈടാക്കുന്നു എന്നുമാത്രം. വളഞ്ഞവഴിക്കുള്ള ഇടപാട് എന്നർഥത്തിൽ കുഴൽപ്പണമിടപാട് എന്നും ഇത് അറിയപ്പെടുന്നു.

കൽപ്പിത സർവകലാശാല

കൽപ്പിത സർവകലാശാല പദവി എന്താണ്?

1956ലെ യൂണിവേഴ്സിറ്റി ഗ്രാന്റ്സ് കമീഷൻ ആക്ട് അനുസരിച്ചാണ് ഒരു സ്ഥാപനത്തെ ഡീംഡ് യൂണിവേഴ്സിറ്റി (കൽപ്പിത സർവകലാശാല)യായി പ്രഖ്യാപിക്കുന്നത്. ആക്ടിൻെറ ഒന്നാം അധ്യായത്തിൽ മൂന്നാമത്തെ ഭാഗമായാണ് ഇതിനു വ്യവസ്ഥയുള്ളത്. ഉന്നതവിദ്യാഭ്യാസ രംഗത്ത് പ്രവർത്തിക്കുന്ന ഒരു സ്ഥാപനത്തെ യു ജി സിയുടെ ശുപാർശപ്രകാരം കേന്ദ്രസർക്കാരാണ് ഡീംഡ് യൂണിവേഴ്സിറ്റിയായി പ്രഖ്യാപിച്ച് ഉത്തരവിറക്കുന്നത്. കേന്ദ്രസർക്കാർ ഗസറ്റ് വിജ്ഞാപനമായി ഈ ഉത്തരവ് പുറത്തിറക്കിയാൽ ഒരു സർവകലാശാലയ്ക്കുള്ള എല്ലാ അവകാശവും അധികാരവും (പരീക്ഷാ നടത്തിപ്പും ബിരുദംനൽകലും ഉൾപ്പെടെ) കൽപ്പിത സർവകലാശാലയ്ക്കും ലഭിക്കും.

ഇടതു വലതു ഡ്രൈവിങ്

എല്ലാ രാജ്യങ്ങളിലും വലതുവശത്തല്ലല്ലോ സ്റ്റിയറിങ്? എന്താണ് നമുക്ക് വലതുവശത്ത് സ്റ്റിയറിങ്ങായത്?

ആദ്യകാലങ്ങളിൽ കുതിരകൾ വലിച്ചുകൊണ്ടുപോകുന്ന വണ്ടികൾ റോഡിൻെറ ഇടതുവശത്തുകൂടിയും വലതുവശത്തുകൂടിയും മാറിമാറി പോകുമായിരുന്നു. എന്നാൽ 1756 ൽ ബ്രിട്ടനിൽ ലണ്ടൻ പാലത്തിൽ ഗതാഗതനിയന്ത്രണം ഏർപ്പെടുത്തിയപ്പോൾ കുതിരവണ്ടികൾ ഇടതുവശത്തുകൂടി പോകണമെന്ന നിബന്ധനയുണ്ടായിരുന്നു. പിന്നീട് ഇത് ശീലമായി. 1773 ൽ അവിടെ ഹൈവേ നിയമം വന്നപ്പോഴും വാഹനങ്ങൾ ഇടതുവശത്തുകൂടി പോകണമെന്നായി. ഇടതുവശത്തുകൂടി പോകുന്ന കുതിരവണ്ടികൾക്ക് എതിരെവരുന്ന വണ്ടികൾ ഓടിക്കുന്നവരെ കാണാ

നുള്ള സൗകര്യത്തിന് ഓടിക്കുന്ന ആൾ വലതുവശത്തേക്ക് നീങ്ങി ഇരിക്കുന്ന പതിവും അന്നുണ്ടായിരുന്നു. എന്നാൽ 1700കളിൽ അമേരിക്കയിൽ റോഡിൻെറ വലതുവശത്തുകൂടി കുതിരകൾ വലിക്കുന്ന വാഹനങ്ങൾ ഓടിക്കണമെന്ന നിബന്ധന വന്നു. അപ്പോൾ ഓടിക്കുന്നയാൾ ഇടതു വശത്തേക്ക് നീങ്ങി ഇരുന്നു.

മോട്ടോർവാഹനങ്ങളിൽ പലതിലും ആദ്യകാലത്ത് നടുക്കായിരുന്നു സ്റ്റിയറിങ്. എന്നാൽ പിന്നീട് അതത് രാജ്യങ്ങളിലെ ഗതാഗതനിയമമനുസരിച്ച്, ഓടിക്കുന്ന ആളുടെ സൗകര്യത്തിനായി വലതുവശത്തുകൂടി വാഹനങ്ങൾ നീങ്ങുന്ന രാജ്യത്ത് സ്റ്റിയറിങ് ഇടതുവശത്തും ഇടതുവശത്തുകൂടി വാഹനങ്ങൾ ഓടുന്ന രാജ്യത്ത് സ്റ്റിയറിങ് വലതുവശത്തുമായി. ലോകത്ത് ഇന്ത്യ ഉൾപ്പടെ 34 ശതമാനം രാജ്യങ്ങളിൽ ഇടതുവശത്തുകൂടി വാഹനങ്ങൾ ഓടുമ്പോൾ അമേരിക്ക ഉൾപ്പടെ 66 ശതമാനം രാജ്യങ്ങളിൽ വലതു വശത്തു കൂടി വാഹനങ്ങൾ നീങ്ങുന്നു.

കിൻ്റർ ഗാർട്ടൻ

'കിൻ്റർ ഗാർട്ടൻ' എന്ന പദം ഏതു ഭാഷയിൽനിന്നാണ്?

ജർമൻ ഭാഷയിൽനിന്നാണ്. 'കുട്ടികളുടെ പൂന്തോട്ടം' എന്ന് അർഥം.

ബ്ലാക് ബോക്സ്

ബ്ലാക് ബോക്സിൻെറ ഉപയോഗം, നിറം എന്താണ്?

ബ്ലാക്ക് ബോക്സ്

വിമാനത്തിൻെറ ബ്ലാക്ക് ബോക്സിൻെറ നിറം ഓറഞ്ചാണ്. ബ്ലാക്ക് ബോക്സിൽ അടങ്ങിയിരിക്കുന്ന വിവരങ്ങളുടെ രഹസ്യസ്വഭാവമാണ് ബ്ലാക് ബോക്സ് എന്ന ഈ പേരിനാധാരം.

ഫ്ളൈറ്റ് ഡാറ്റ റെക്കോഡർ, കോക്പിറ്റ് വോയ്സ് റെക്കോഡർ എന്നിവയാണ് ഇതിലെ പ്രധാന ഭാഗങ്ങൾ. ഈ റെക്കോഡറുകൾ പരിശോധിച്ച് അപകടകാരണം അറിയാൻ കഴിയുന്നു. ദുരന്തങ്ങളുണ്ടാകുമ്പോഴും നശിക്കാതിരിക്കാൻ ടൈറ്റാനിയവും സ്റ്റെയിൻലസ് സ്റ്റീലും കൊണ്ടാണ് ഇതിൻെറ പുറംചട്ട നിർമിക്കുന്നത്.

ഫുക്കുവോക്ക

ഒറ്റവൈക്കോൽ വിപ്ലവം

'ഒറ്റവൈക്കോൽ വിപ്ലവം' എന്നാൽ എന്താണ്?

പ്രകൃതിയോട് ഇണങ്ങിയ കൃഷി രീതികൾ പിന്തുടരാനും കൃഷിയിൽ മനുഷ്യൻെറ ഇടപെടൽ കുറച്ചുകൊണ്ട് മനുഷ്യനും പ്രകൃതിക്കും ദോഷംവരാത്ത കൃഷിരീതി പിന്തുടരാനും ആഹ്വാനം ചെയ്ത ജപ്പാനിലെ മനസോബു ഫുക്കുവോക്ക തൻെറ പ്രകൃതികൃഷിയുടെ മാനിഫെസ്റ്റോ *ഒറ്റവൈ ക്കോൽ വിപ്ലവം* എന്ന പേരിൽ 1975 ൽ പുസ്തകമായി പ്രസിദ്ധീകരിച്ചു.

മസ്തിഷ്ക മരണം

മസ്തിഷ്കമരണവും ക്ലിനിക്കൽമരണവും തമ്മിലുള്ള വ്യത്യാസം എന്ത്?

ഹൃദയസ്പന്ദനവും ശ്വാസവും നിലയ്ക്കുമ്പോഴാണ് മരണം സംഭവിക്കുക എന്നാണ് പൊതുവെയുള്ള ധാരണ. എന്നാൽ നിലച്ച ശ്വാസോച്ഛ്വാസവും ഹൃദയസ്പന്ദനവും വീണ്ടെടുക്കാൻ ശാസ്ത്രീയ ചികിത്സകൾക്കു കഴിയുമെന്നതുകൊണ്ട് ബോധമണ്ഡലത്തിന്റെ പ്രവർത്തനം പൂർണമായി നിലയ്ക്കുന്ന അവസ്ഥ ചികിത്സിച്ചുമാറ്റാൻ കഴിയില്ലെങ്കിൽ അതും ഒരുതരം മരണാവസ്ഥയായി കരുതുന്നു. ഇതാണ് മസ്തിഷ്ക മരണം. എന്നാൽ ഈ സമയത്തും ഹൃദയവും ശ്വാസകോശവും പ്രവർത്തിക്കുന്നുണ്ടാകുമെന്നാണ് വൈദ്യശാസ്ത്രം പറയുന്നത്. ഇതാണ് മസ്തിഷ്ക മരണവും പൂർണമായ മരണവും (ക്ലിനിക്കൽ മരണം) തമ്മിലുള്ള വ്യത്യാസം.

916 സ്വർണം

916 സ്വർണം എന്നു പറയാൻ കാരണം?

916 സ്വർണാഭരണത്തിന്റെ ഗുണനിലവാരത്തിന്റെ സൂചകമാണ്. 24 കാരറ്റ് സ്വർണാഭരണം എന്നാൽ അതിൽ 99.0 അല്ലെങ്കിൽ 99.9 ശതമാനം സ്വർണം ഉണ്ട് എന്ന ഉറപ്പാണ്. ഇതിനെ 990 സ്വർണം അല്ലെങ്കിൽ 999 സ്വർണം എന്നു പറയും. എന്നാൽ ഇന്ത്യയിൽ അധികവും ആഭരണങ്ങൾ 22 കാരറ്റാണ്. ഈ ആഭരണങ്ങളിൽ 91.66 ശതമാനം സ്വർണം അടങ്ങിയിരിക്കുന്നു. ഇതിനെ 916 സ്വർണം എന്നും പറയും. ചില രാജ്യങ്ങളിൽ 875, 800 എന്നീ സ്റ്റാന്റേർഡുകളിലുള്ള സ്വർണാഭരണവും ഉപയോഗിക്കാറുണ്ട്.

ബോക്സിങ് ഡേ

ഡിസംബർ 26 ബോക്സിങ് ഡേ ആണെന്നു പറയുന്നതെന്താണ്? എവിടെയാണ് ആഘോഷിക്കുന്നത്?

ക്രിസ്തുമസിനു പിറ്റേന്നാണ് ബ്രിട്ടണിലും കാനഡയിലും ചില കോമൺവെൽത്ത് രാജ്യങ്ങളിലും ബോക്സിങ് ഡേ ആഘോഷിക്കുന്നത്. പള്ളികളിലും വീടുകളിലും പാവപ്പെട്ടവർക്കു നൽകാൻ നീക്കിവയ്ക്കുന്ന പണം നിക്ഷേപിക്കുന്നതിന് സൂക്ഷിക്കുന്ന പെട്ടികൾ (ബോക്സ്) തുറക്കുന്നത് സെന്റ് സ്റ്റീഫൻദിനമായ അന്നാണ്.

ബജറ്റും സാമ്പത്തിക വർഷവും

എന്തുകൊണ്ടാണ് ഏപ്രിൽ ഒന്ന് സാമ്പത്തികവർഷത്തിന്റെ ആരംഭമായി കണക്കാക്കുന്നത്? എല്ലാ രാജ്യങ്ങളിലും ഇതേ സാമ്പത്തികവർഷമാണോ? എന്താണ് ബജറ്റ് മാർച്ചിൽ അവതരിപ്പിക്കുന്നത്?

ഒരു സാമ്പത്തികവർഷത്തെ വരവും ചെലവും കാണിക്കുന്ന ധനകാര്യരേഖയാണ് ബജറ്റ്. ഇന്ത്യയിൽ ഭരണഘടനയുടെ 112–ാം വകുപ്പു പ്രകാരം ഓരോ സാമ്പത്തികവർഷത്തേക്കും പാർലമെൻറിൽ ബജറ്റ് അവതരിപ്പിച്ചു പാസാക്കണം. ഇന്ത്യയിൽ ഏപ്രിൽ ഒന്നുമുതൽ മാർച്ച് 31 വരെയാണ് സാമ്പത്തികവർഷം. സാമ്പത്തികവർഷം ഏപ്രിൽ ഒന്നിന് തുടങ്ങുന്ന രാജ്യങ്ങൾ ഫെബ്രുവരി, മാർച്ച് മാസങ്ങളിലായി ബജറ്റ് അവതരിപ്പിക്കുന്നു.

ഏപ്രിൽ ഒന്നുമുതൽ മാർച്ച് 31വരെ സാമ്പത്തികവർഷമായി കണക്കാക്കുന്ന ഇന്ത്യയിലെ പതിവ് ബ്രിട്ടീഷ് ഭരണകാലത്തു തുടങ്ങിയതാണ്. ഇന്ത്യയിലെ വിവിധ സംസ്ഥാനങ്ങളിലെ പ്രാദേശികഭാഷ കലണ്ടറുകളിലെ പുതുവർഷവുമായി ഇതിന് സാമ്യമുണ്ടായതും ഇത് പൊതുവെ സ്വീകാര്യമായി. ജപ്പാൻ, യുകെ, കനഡ, ന്യൂസിലൻഡ്, ഹോങ്കോങ് എന്നീ രാജ്യങ്ങളിൽ ഇതാണ് സാമ്പത്തികവർഷം. ക്രിസ്തുമസിന്റെയും ജനുവരി ഒന്നിന് ആരംഭിക്കുന്ന പുതുവർഷത്തിന്റെയും സമയത്തെ ഷോപ്പിങ് വിപണിയെ സമ്പന്നമാക്കുന്നതും വർഷത്തിന്റെ കണക്കെടുപ്പിൽ ഉൾപ്പെടാൻ ഈ കാലയളവാണ് സൗകര്യം എന്നതും കൂടുതൽ സ്വീകാര്യമായി. ഇന്ത്യ കാർഷികരാജ്യമായതിനാൽ പ്രധാന രണ്ടു വിളവെടുപ്പു സീസണുകളായ ഏപ്രിലിലെ ഖാരിഫും മാർച്ചിലെ റാബിയും നൽകുന്ന സൂചന കണ്ട് ആ വർഷത്തെ ബജറ്റ് ആസൂത്രണം ചെയ്യാനും ഇതു സഹായകമായി. അതാണ് പഴയ ബ്രിട്ടീഷ് സമ്പ്രദായം ഇന്ത്യ തുടർന്നത്. എന്നാൽ അമേരിക്കയും മറ്റു പല രാജ്യങ്ങളും ഏപ്രിൽ ഒന്നിന് ആരംഭിക്കുന്ന സാമ്പത്തികവർഷമല്ല കണക്കാക്കുന്നത്. പല രാജ്യങ്ങളിലും വ്യത്യസ്ത മാസങ്ങളിലാണ് സാമ്പത്തികവർഷം ആരംഭിക്കുന്നത്.

ഫ്രഞ്ച് ഭാഷയിൽ തുകൽസഞ്ചി എന്നർഥമുള്ള ബൊഗെട്ടെ (Boughette) യിൽനിന്നാണ് ബജറ്റ് എന്ന വാക്കുവന്നത്. ഇംഗ്ലീഷിൽ പിന്നീടിത് Bouget, Bogett എന്നും എഴുതിയിരുന്നു. ആദ്യകാലത്ത് ധനമന്ത്രിമാർ ബജറ്റ് നിർദേശങ്ങൾ എഴുതിയ ഫയൽ തുകൽസഞ്ചി യിൽ കൊണ്ടുവന്നാണ് ജനപ്രതിനിധിസഭകളിൽ വായിച്ചിരുന്നതത്രെ. ഇതിൽനിന്നാണ് ഈ വാക്ക് പ്രചരിച്ചതെന്നു കരുതുന്നു.

മദറിന്റെ പേര്

മദർതെരേസയുടെ യഥാർഥ പേരെന്താണ്? ജന്മദേശമേതാണ്?

ആഗ്നസ് ഗോൺഷ ബൊയാഷ്യു (Agnes Gonxha Bojaxhiu) എന്നാണ് മദറിന്റെ ആദ്യ പേര്. അൽബേനിയൻ വംശജയായിരുന്നു. 1910 ആഗസ്ത് 26ന് ജനിച്ചു.

മദർ തെരേസ

ദ്രവ്യത്തിന്റെ അവസ്ഥകൾ

ദ്രവ്യത്തിൻെറ അവസ്ഥകൾ ഏതൊക്കെ? തീജ്വാല ഖരമാണോ ദ്രാവകമാണോ വാതകമാണോ?

ദ്രവ്യത്തിന് ശാസ്ത്രലോകം സർവ സമ്മതമായി അംഗീകരിക്കപ്പെട്ട ആറു രൂപങ്ങളാണുള്ളത്. ഖരം, ദ്രാവകം, വാതകം എന്നീ അവസ്ഥകളാണ് പ്രധാനം. പ്ലാസ്മയാണ് നാലാമത്തെ അവസ്ഥ. ബോസ് – ഐൻസ്റ്റീൻ കണ്ടൻസേറ്റ് അഞ്ചാമത്തെ അവസ്ഥ. ഫെർമിയോണിക് കണ്ടൻസേറ്റ് ആറാമത്തെ അവസ്ഥ.

അഞ്ചും ആറും അവസ്ഥകളിൽ ചെറിയ മാറ്റങ്ങൾ വരുന്ന വ്യത്യസ്ത അവസ്ഥകൾ പലതും ലബോറട്ടറികളിൽ രൂപപ്പെട്ടിട്ടുണ്ടെങ്കിലും ഇനിയും ശാസ്ത്രലോകത്തിന്റെ ആധികാരിക അംഗീകാരം വരാനിരിക്കുന്നതേയുള്ളൂ.

വാതകം കഴിഞ്ഞാൽ പ്രപഞ്ചത്തിൽ ഏറ്റവും കൂടുതലുള്ളത് പ്ലാസ്മയാണ്. അണുവിൽനിന്നു വേർപെട്ട ഇലക്ട്രോണുകളും പോസിറ്റീവ് അയോണുകളും അടങ്ങിയതാണ് പ്ലാസ്മ. സൂര്യൻ ഉൾപ്പെടെയുള്ള നക്ഷത്രങ്ങളുടെ മുക്കാൽ ഭാഗവും പ്ലാസ്മയാണ്.

1995 ൽ ബോസ് ഐൻസ്റ്റീൻ കണ്ടൻസേറ്റും 2004 ൽ ഫെർമിയോണിക് കണ്ടൻസേറ്റും അവസ്ഥകൾ ശാസ്ത്രജ്ഞർ ലബോറട്ടറിയിൽ സൃഷ്ടിച്ചു. അണുഘടകങ്ങളുടെ ഭ്രമണം അതിശീതാവസ്ഥയിൽ ക്രമീകരിച്ചും മറ്റുമാണ് ദ്രവ്യത്തിൻെറ ഈ അവസ്ഥകൾ സൃഷ്ടിച്ചത്. സാന്ദ്രീകരിച്ച ബോസോൺ എന്ന അണുഘടകം ഭ്രമണപഥത്തിൻെറ കാര്യത്തിൽ ഒരേ ക്വാണ്ടം അവസ്ഥയിലാണെങ്കിൽ ആറാമത്തെ അവസ്ഥയിൽ സാന്ദ്രീകരിക്കപ്പെട്ട ഫെർമിയോണുകൾ വ്യത്യസ്ത ക്വാണ്ടം അവസ്ഥയി

ലുള്ളതാണ്. ഇതിന്റെ തന്നെ ഭാഗികമായി മാറ്റം വന്ന രൂപങ്ങളാണ് ഏഴാം രൂപമായി വിശേഷിപ്പിക്കുന്നത്. ഇതിന് ഇനിയും അന്തിമ അനുമതിയായിട്ടില്ല.

തീയിൽ ഖരവും വാതകവും ഉണ്ടെങ്കിലും തീജ്വാല പ്ലാസ്മ അവസ്ഥയിലാണെന്നാണ് ശാസ്ത്രജ്ഞർ വിലയിരുത്തിയിട്ടുള്ളത്.

കാക്കി യൂണിഫോം

'കാക്കി' നിറത്തിലുള്ള യൂണിഫോം പ്രചരിക്കാൻ കാരണമെന്താണ്?

'കാക്കി' എന്ന വാക്ക് പേർഷ്യൻ ഭാഷയിൽനിന്നാണ്. പൊടി അല്ലെങ്കിൽ ചാരം എന്നർഥം. 1880 കളിൽ ഇന്ത്യയിലെ ബ്രിട്ടീഷ് പട്ടാളത്തിന്റെ ചാരനിറമുള്ള/മണ്ണിന്റെ നിറമുള്ള യൂണിഫോമിൽനിന്നാണ് കാക്കി യൂണിഫോമിന്റെ തുടക്കം. 'മൾട്ടനിലെ ചളി'യാണ് യൂണിഫോമിന്റെ കൃത്യമായ നിറമായി പറഞ്ഞിരുന്നത്. മൾട്ടൻ (ഇപ്പോൾ പാകിസ്ഥാനിൽ) ഒരു ബ്രിട്ടീഷ് കന്റോൺമെന്റായിരുന്നു. എത്ര പൊടിയായാലും അറിയില്ലെന്ന കാരണത്താലാണ് ബ്രിട്ടീഷ് സൈന്യം കാക്കിനിറം തെരഞ്ഞെടുത്തതെന്നു കരുതുന്നു.

'വി' ചിഹ്നം

രണ്ടു വിരലുകൾ നിവർത്തിക്കാണിച്ചുകൊണ്ടുള്ള `V' അടയാളം വിജയത്തെ സൂചിപ്പിക്കുന്നതാണല്ലോ. എന്താണ് ഇതിന്റെ അർഥം?

രണ്ടാം ലോക യുദ്ധകാലത്ത് ബ്രിട്ടനിൽ വിൻസ്റ്റൺ ചർച്ചിൽ പൊതുവേദികളിൽ അഭിവാദ്യം ചെയ്തിരുന്നതും രണ്ടു വിരലുകൾ വിജയത്തിന്റെ പ്രതീകമായി 'വി' മാതൃകയിൽ കാണിച്ചുകൊണ്ടാണ്. ബ്രിട്ടനിൽ 1941 ൽ ബെൽജിയൻ അഭയാർഥി വിക്ടർ റെ ലാവെലയ ബ്രിട്ടന് ഐക്യദാർഢ്യം പ്രഖ്യാപിച്ച് ബി ബി സിയിൽ പ്രസംഗിച്ചതും വിജയത്തിന്റെ പ്രതീകമായി 'വി' ചിഹ്നം കാണിച്ചുകൊണ്ടായിരുന്നുവത്രെ. ഇതിൽനിന്നാണ് ബ്രിട്ടനിൽ ഈ രീതിയുടെ തുടക്കമെങ്കിലും ചർച്ചിലാണ് ഇത് പ്രശസ്തമാക്കിയത്.

പല രാജ്യങ്ങളിലും വ്യത്യസ്തമായ കാരണങ്ങൾ പറയുന്നുണ്ടെങ്കിലും പൊതുവെ വിജയത്തെയും സമാധാനത്തെയും (യുദ്ധവിരുദ്ധ സമരങ്ങളിൽ) സൂചിപ്പിക്കുന്നതാണ് ഈ പ്രതീകം. എഴുപതുകളിൽ ലോകത്തിന്റെ പലഭാഗത്തും ഈ പ്രതീകം വിജയത്തെ സൂചിപ്പിക്കുന്ന പതിവ് തുടങ്ങിയതായി പരാമർശങ്ങളുണ്ട്. ഇതിന്റെ ഉത്ഭവത്തെക്കുറിച്ച് ജപ്പാനിൽനിന്നും പ്രശസ്തമായ ഒരു കഥയുണ്ട്. 1972 ൽ സാപ്പോറോ വിന്റർ ഒളിമ്പിക്സിൽ ജപ്പാൻ സ്കേറ്റിങ്താരം ജാനറ്റ്ലിൻ മത്സരത്തിനിടയിൽ തെന്നി മഞ്ഞിൽവീണ് ഉറച്ചിരുന്നപ്പോഴും ചിരി കൈവിടാതെ 'വി' ചിഹ്നം വിരൽകൊണ്ടുകാണിച്ചുവത്രെ. മത്സരത്തിൽ മൂന്നാം സ്ഥാനത്തായെങ്കിലും പിന്നീട് സമാധാനവർത്തകയായ ജാനറ്റിന്റെ വിരൽകൊണ്ട്

'വി' ചിഹ്നം കാണിക്കുന്ന ഫോട്ടോയാണ് പ്രശസ്തമായത്. ജപ്പാൻ ആനിമേഷൻ ഷോകളിലും 'വി' ചിഹ്നം പതിവാണ്. വി ചിഹ്നത്തിനൊപ്പം വ്യൂയി (Vui) എന്ന ശബ്ദവും പുറപ്പെടുവിക്കാറുണ്ട്. ഇത് Vui/bui എന്നിങ്ങനെയുള്ള വാക്കുകളാണ്.

അമേരിക്കയിൽ പ്രസിഡന്റ് നിക്സണിന്റെ 'ട്രേഡ് മാർക്കായി' വി ചിഹ്നം സൂചിപ്പിക്കാറുണ്ട്. 1974 ൽ രാജിവച്ചിറങ്ങുമ്പോഴും അദ്ദേഹം ഈ 'വി' ചിഹ്നം കാണിച്ചാണ് പുറത്തിറങ്ങിയത്.

ആകാശവാണി

റേഡിയോ നിലയങ്ങളെ 'ആകാശവാണി' എന്നു വിളിക്കുന്നതെന്താണ്?

1927 ൽ മുംബൈയിലും കൊൽക്കത്തയിലുംനിന്ന് രണ്ട് സ്വകാര്യ ട്രാൻസ്മിറ്ററുകളിൽനിന്ന് റേഡിയോ പ്രക്ഷേപണം തുടങ്ങി. ഈ ട്രാൻസ്മിറ്ററുകൾ ഏറ്റെടുത്ത് 1930 ൽ 'ഇന്ത്യൻ ബ്രോഡ്കാസ്റ്റിങ് സർവീസ്' എന്ന പേരിൽ സർക്കാർ നിയന്ത്രണത്തിലായി. 1936 ൽ ഓൾ ഇന്ത്യ റേഡിയോ (എ ഐ ആർ) എന്നും. 1957 ലാണ് 'ആകാശവാണി' എന്ന പേരുമാറ്റിയത്. 1936 ൽ പ്രക്ഷേപണം തുടങ്ങിയ മൈസൂർ റേഡിയോയുടെ പേര് ആകാശവാണി എന്നായിരുന്നു. ടാഗോർ ഓൾ ഇന്ത്യ റേഡിയോയിൽ പ്രക്ഷേപണം ചെയ്യാൻ സമ്മാനിച്ച കവിതയിലും എ ഐ ആറിനെ 'ആകാശവാണി' എന്നാണ് വിശേഷിപ്പിച്ചത്.

സുഡോകു

സുഡോകു എന്ന കളിയുടെ പൂർണരൂപമെന്ത്?

അക്കങ്ങൾ കൊണ്ടുള്ള ഈ കളിക്ക് സുഡോകു (Su do ku) എന്നു പേരുവന്നത് Suji wa dokushin ni kagiru എന്ന ജപ്പാൻ വാക്കിൽനിന്നാണ്. 'ഒരു നമ്പർ ഒരുതവണ മാത്രം' എന്ന അർഥമാണ് ഈ വാക്കിന്. വലത്തോട്ടും താഴേക്കും ഒമ്പത് കളങ്ങൾ വീതമുള്ള ചതുരത്തിനുള്ളിലെ ഒമ്പത് ചെറിയ കളങ്ങൾക്കുള്ളിൽ വീണ്ടും ഒമ്പത് കളങ്ങൾ. ഏറ്റവും ചെറിയ കളത്തിനുള്ളിലെ ഒമ്പത് കളങ്ങളിൽ ഒന്നു മുതൽ ഒമ്പതുവരെയുള്ള അക്കങ്ങൾ ക്രമീകരിക്കുമ്പോൾ വലിയകളത്തിലും ഓരോവരിയിലും ഒരക്കം ഒരുതവണ എന്ന ക്രമം വരുന്ന തരത്തിലായിരിക്കണം. ഇപ്പോൾ സുഡോകു എന്ന പേരിൽ കണക്കിന്റെ ഈ കളിയുടെ പകർപ്പവകാശം ജപ്പാനിലെ നികോളി കമ്പനിയുടേതാണ്. മറ്റു കമ്പനികളും 'നമ്പർ പ്ലേയ്സ്' തുടങ്ങിയ പേരുകളിൽ ഈ കളി തയാറാക്കുന്നുണ്ട്.

ഇന്ത്യൻ ഇങ്ക്

കറുത്ത മഷിക്ക് 'ഇന്ത്യൻ ഇങ്ക്' എന്ന പേരു വന്നതെങ്ങനെ?

ആദ്യകാലംമുതൽക്കേ ഇന്ത്യയിലും ചൈനയിലും എഴുതാനും അ ച്ചടിക്കാനും ഉപയോഗിച്ചിരുന്ന പ്രത്യേകതരം 'കറുത്ത മഷി' ഇന്ത്യൻ ഇങ്ക് എന്നാണ് അറിയപ്പെട്ടിരുന്നത്. ബി സി നാലാം നൂ റ്റാണ്ടിൽ ഈ മഷി ഇന്ത്യയിൽ പ്രചാരത്തിലുണ്ടായിരുന്നു. എന്നാൽ ഇത് കണ്ടുപിടിച്ചത് ചൈനക്കാരായിരുന്നു എന്നാണ് കരുതുന്നത്. ഇത് നിർമിക്കാൻ ഇന്ത്യയിൽനിന്നുള്ള വിളക്കുകരി, കാർബൺ കരി, എല്ലുകരി എന്നിവയാണ് ഉപയോഗിച്ചിരുന്നതെന്നും അതാണ് 'ഇന്ത്യൻഇങ്ക്' എന്നറിയപ്പെട്ടതെന്നും കരുതുന്നു.

ഇന്ത്യൻ ഇങ്ക്

ജി എം ഫുഡ്

ജിഎം വെജിറ്റബിളിന്റെ പ്രത്യേകത എന്താണ്?

ജിഎം ഫുഡ് എന്നാൽ ജനിതകമാറ്റം വരുത്തിയ (ജനറ്റിക്കലി മോഡിഫൈഡ്) വിത്തുപയോഗിച്ച് ഉൽപ്പാദിപ്പിക്കുന്ന ഭക്ഷ്യവിളകളിൽ നിന്നുള്ള ഭക്ഷണം. ബി ടി വഴുതനങ്ങ ഇറങ്ങിയാൽ അത് ലോകത്തെത്തന്നെ നേരിട്ടുള്ള ആദ്യ 'ജിഎം ഫുഡ്' ആകും. അമേരിക്കയിൽ ജിഎം കോണും (GM Corn), ജിഎം സോയും (GM Soy) ഇറങ്ങിയെങ്കിലും അതിന് നേരിട്ട് മൃഗങ്ങൾക്കുള്ള ഭക്ഷണമായിട്ടായിരുന്നു അനുമതി. ഈ ഉൽപ്പന്നങ്ങളെ സംസ്കരിച്ച് മനുഷ്യർക്കും ഉപയോഗിക്കാൻ അവിടെയും അനുമതിയുണ്ട്.

ലോകമാകെ 238 ഇനം ബി ടി വിത്തുകളാണ് പരീക്ഷിച്ചുവരുന്നത്. ഇന്ത്യയിൽ 56 ജിഎം പ്ലാന്റുണ്ട്. 41 ഭക്ഷ്യവിളകളുടെ 169 ഇനങ്ങളാണ് പരീക്ഷണശാലയിലുള്ളത്. ഇന്ത്യയിൽ അരി (ബി ടി റൈസ്, നിലക്കടല (ബി ടി ഗ്രൗണ്ട് നട്ട്), തക്കാളി (ബി ടി ടുമാറ്റോ), കുമ്മട്ടിക്ക, പപ്പായ എന്നിവയ്ക്കും പരീക്ഷണത്തിന് അനുമതി ലഭിച്ചിട്ടുണ്ട്.

കീടങ്ങളുടെ ആക്രമണത്തെ തടയാനാകുമെന്നു കരുതുന്ന 'ക്രൈ–ജീൻ' സന്നിവേശിപ്പിക്കപ്പെട്ട കാർഷികവിളകളുടെ പേരുകൾ ജീൻ സ്രോതസിന്റെ പേരുചേർത്താണ് നാം സാധാരണയായി ഉപയോഗിക്കാറുള്ളത്.

ബാസിലസ് തുറിഞ്ചിയെൻസിസ് എന്ന ജീൻ സ്രോതസിന്റെ സൂചകമായി ബി ടി എന്നീ രണ്ട് അക്ഷരങ്ങൾ മുന്നിൽ ചേർക്കുന്നതിലൂടെ. ഇതാണ് ബി ടി പരുത്തി, ബി ടി ചോളം, ബി ടി വഴുതന എന്നീ പേരുകൾക്കടിസ്ഥാനം. എന്നാൽ ഇന്ത്യയിൽ ബി ടി കോട്ടൺ വരുത്തിയ ദുരന്തങ്ങളടക്കം കണക്കിലെടുക്കുമ്പോൾ ഈ ബി ടി വിത്തുകമ്പനികളുടെ അവകാശവാദങ്ങൾ ഫലപ്രദമല്ലെന്ന വാദവും ശക്തമാവുകയാണ്.

1, 2, 3 കരാർ, ഹൈഡ് ആക്ട്

1, 2, 3 കരാർ എന്നു വിശേഷിപ്പിക്കുന്നത് എന്താണ്? എന്താണ് ഹൈഡ് ആക്ട്?

ആണവനിർവ്യാപനകരാറിൽ (എൻ പി ടി) ഒപ്പിടാത്തതും ആണവശേഷിയുള്ളതുമായ ഇന്ത്യ, പാകിസ്ഥാൻ, ഇസ്രയേൽ തുടങ്ങിയ രാജ്യങ്ങളുമായി ആണവകരാറുകളിൽ അമേരിക്കയ്ക്ക് ഏർപ്പെടണമെങ്കിൽ 1954ലെ യു എസ് ആറ്റമിക് എനർജി നിയമത്തിൽ ഭേദഗതി വരുത്തേണ്ടി വന്നു. ഭേദഗതികൾ 1954ലെ നിയമത്തിന്റെ 1, 2, 3 അനുച്ഛേദങ്ങളിലാണുള്ളത്. അതാണ് ഇന്ത്യയുമായുള്ള കരാറിനെ 1, 2, 3 കരാർ എന്നു വിശേഷിപ്പിക്കുന്നത്.

ഇന്ത്യക്ക് ആണവ ഉപകരണങ്ങളും സാങ്കേതികവിദ്യയും കൈമാറുന്നതിന് 1954ലെ നിയമത്തിൽ ഉണ്ടാക്കിയ ഒരു ഭേദഗതിയാണ് ഹൈഡ് ആക്ട്. അമേരിക്കൻ ജനപ്രതിനിധി സഭയിലെ റിപ്പബ്ലിക്കൻ അംഗം ഹെൻറി ജോസഫ് ഹൈഡ് കൊണ്ടുവന്ന ഭേദഗതിയാണ് ഇത്. അതാണ് ഹൈഡ് ആക്ട് എന്നു പേരുവന്നത്.

ആണവോർജം സമാധാനപരമായ ആവശ്യങ്ങൾക്ക് ഉപയോഗിക്കുന്നതു പ്രോത്സാഹിപ്പിക്കാനും സൈനികാവശ്യങ്ങൾക്കുപയോഗിക്കുന്നതിൽ നിയന്ത്രണം ഏർപ്പെടുത്താനും ഉദ്ദേശിച്ച് ഐക്യരാഷ്ട്രസംഘടനയ്ക്കു കീഴിൽ 1957 ജൂലൈ 29ന് ആരംഭിച്ചതാണ് അന്താരാഷ്ട്ര ആണവോർജ ഏജൻസി (International Atomic Energy Agency - IAEA). വിയന്നയിലാണ് ആസ്ഥാനം. ഡയറക്ടർ ജനറലും ബോർഡ് ഓഫ് ഗവർണേഴ്സും ഉൾപ്പെട്ടതാണ് ഭരണസമിതി. മറ്റ് അന്താരാഷ്ട്ര ഏജൻസികളെപ്പോലെതന്നെ അമേരിക്കയുടെ താൽപ്പര്യങ്ങൾ സംരക്ഷിക്കുന്നതും മറ്റ് രാജ്യങ്ങളെ ഭീഷണിപ്പെടുത്തി വരുതിയിലാക്കുന്ന അമേരിക്കൻ തന്ത്രങ്ങൾക്ക് കീഴ്പെടുന്നതുമാണ് ഈ ഏജൻസിയും എന്ന

ആരോപണം ലോകവ്യാപകമായി ശക്തമാണ്.

ഓസോൺ പാളിയിലെ വിള്ളലും ഹരിതഗൃഹപ്രഭാവവും

ഓസോൺ പാളിയിലെ വിള്ളൽ എപ്പോഴാണ് കണ്ടെത്തിയത്? ഹരിതഗൃഹപ്രഭാവം എന്താണ്?

ഭൂമിയിലെ മലിനീകരണത്തിന്റെ ഭാഗമായി ഉൽപ്പാദിപ്പിക്കപ്പെടുന്ന ചില വാതകങ്ങൾ അന്തരീക്ഷത്തിലുണ്ടാക്കുന്ന ദൂരവ്യാപക പ്രത്യാഘാതങ്ങളെയാണ് (ചൂട് കൂടൽ, മഞ്ഞുരുകി വെള്ളപ്പൊക്കം തുടങ്ങിയവ) ഹരിതഗൃഹപ്രഭാവം അഥവാ ഗ്രീൻഹൗസ് ഇഫക്ട് എന്നു പറയുന്നത്. കാർബൺ ഡയോക്സൈഡ് (C02), മീഥെയിൻ (CH4), നൈട്രസ് ഓക്സൈഡ് (NO2), ക്ലോറോഫ്ളൂറോ കാർബൺസ് (CFCs), സൾഫർ (S), ഹൈഡ്രോക്ലോറോ ഫ്ളൂറോ കാർബൺസ് (HCFCs), ഹൈഡ്രോഫ്ളൂറോ കാർബൺസ് (HFc), പെർഫ്ളൂറോ കാർബൺസ് (PFC) എന്നിവ മുതൽ അധിക അളവിലുള്ള നീരാവിവരെ ഹരിതഗൃഹവാതകങ്ങളാണ്.

ഭൂമിയിൽ പതിക്കുന്ന സൂര്യരശ്മികളിൽ പകുതിയിലധികവും വായുവിലുള്ള ഓക്സിജനും നൈട്രജനുമായി പ്രതിപ്രവർത്തിച്ച് ഇൻഫ്രാറെഡ് രശ്മികളായി തിരിച്ച് അന്തരീക്ഷത്തിലേക്കുതന്നെ വികിരണം ചെയ്യപ്പെടുമ്പോൾ ഭൂമി തണുത്തുറയ്ക്കാതിരിക്കാൻ ഈ രശ്മികളെ പിടിച്ചു നിർത്തുന്നതിൽ പേരുപോലെതന്നെ ഹരിതഗൃഹവാതകങ്ങളായ കാർബൺ ഡയോക്സൈഡും മീഥെയിനും നീരാവിയുമൊക്കെ ചെയ്യുന്ന സഹായം ചെറുതല്ല. എന്നാൽ അമൃതും അധികമായാൽ വിഷം എന്ന പോലെ ഇവയുടെ അളവ് വർധിച്ചാലുള്ള അപകടങ്ങളാണ് ഓസോൺ പാളിയിലെ വിള്ളൽ മുതൽ ഭൂമിയിലെ ഉയർന്ന താപനില വരെ.

അന്തരീക്ഷത്തിലെ ഈ ക്ലോറോഫ്ളൂറോ കാർബൺ (സി എഫ് സി) വാതകങ്ങൾ ഓസോൺപാളിക്കു വിള്ളൽ വീഴ്ത്തുന്നതായി 1970കളിൽ നടത്തിയ പഠനത്തിൽ കണ്ടെത്തി. അന്റാർട്ടിക് പ്രദേശത്തെ ഓസോൺ പാളിയിലെ വ്യാപകമായ വിള്ളൽ 1986 ൽ കണ്ടെത്തി.

റെഡ്ക്രോസ്, റെഡ് ക്രസന്റ്

റെഡ് ക്രോസ് ആരംഭിച്ച വർഷം? റെഡ്ക്രസന്റ് എന്താണ്?

യുദ്ധത്തിൽ മുറിവേറ്റവരെ ശുശ്രൂഷിക്കാൻ സ്വിറ്റ്സർലന്റുകാരനായ ഹെൻറി ഡ്യുനന്റ് മുൻകൈയെടുത്ത് സ്ഥാപിച്ച സംഘടനയാണ് റെഡ് ക്രോസ്. 1863 ൽ രൂപീകരിച്ച 'ഇന്റർനാഷണൽ കമ്മിറ്റി ഫോർ ദി റിലീഫ് ടു ദി വൂണ്ടഡ്' എന്ന സംഘടനയിൽനിന്നാണ് റെഡ്ക്രോസിന്റെ തുടക്കം. 1864 ൽ 12 രാജ്യങ്ങൾ ഒപ്പുവച്ച ജനീവ ഉടമ്പടിപ്രകാരം ചുവന്ന കുരിശ് (റെഡ്ക്രോസ്) യുദ്ധഭൂമിയിലെ നിഷ്പക്ഷതയുടെ ചിഹ്നമായി അംഗീകരിക്കപ്പെട്ടു. 1979 മുതൽ റെഡ്ക്രസന്റ്(ചുവന്ന ചന്ദ്രക്കല)കൂടി ചിഹ്നമായി. 1986 മുതൽ സംഘടനയുടെ പേര് 'ഇന്റർനാഷണൽ റെഡ് ക്രോസ് ആന്റ് റെഡ് ക്രസന്റ് മൂവ്മെന്റ്' എന്നാണ്. ഇതിന്റെ കീഴിലാണ്

ഇന്ത്യൻ റെഡ്ക്രോസ് സൊസൈറ്റി. 1920 ജൂൺ ഏഴിന് ഇത് നിലവിൽവന്നു. 1914 മുതൽ ഇന്ത്യയിൽ പ്രവർത്തിക്കുന്ന ബ്രിട്ടീഷ് റെഡ്ക്രോസ് സൊസൈറ്റിയുടെയും സെന്റ് ജോൺസ് ആംബുലൻസ് അസോസിയേഷന്റെയും തുടർച്ചയായാണ് ഇന്ത്യൻ റെഡ്ക്രോസ് സൊസൈറ്റി നിലവിൽവന്നത്.

ജെ സി ബിയും ഹിറ്റാച്ചിയും

ജെ സി ബിയും ഹിറ്റാച്ചിയും എന്താണ്?

ബ്രിട്ടണിലെ വ്യവസായി ജോസഫ് സിറിൾ ബിംഫാർഡ് തൻെറ കമ്പനിയിൽ രൂപകൽപ്പനചെയ്ത എസ്കവേറ്റർ/ഡിഗ്ഗർ വാഹനമാണ് ജെ സി ബി എന്ന ബ്രാൻഡ്പേരിൽ പ്രശസ്തമായത്. ഈ ബ്രാൻഡ്പേര് പിന്നീട് ഉൽപ്പന്നത്തിന്റെ തന്നെ പേരായി അറിയപ്പെട്ടെന്നുമാത്രം. ഹിറ്റാച്ചി കമ്പനിയും ഈ മോഡൽ വാഹനം നിർമിക്കുന്നുണ്ട്.

ജെ സി ബി

പ്രത്യാശയുടെ മുനമ്പ്

'ഗുഡ്ഹോപ്പ് മുനമ്പ്' എന്ന് അറിയപ്പെടുന്നത് എന്തുകൊണ്ട്?

ബർത്തലോമിയോ ഡയസ് എന്ന പോർച്ചുഗീസ് നാവികൻ 1486 ൽ ഇതുവരെ ആരും കണ്ടെത്താത്ത ഒരു ആഫ്രിക്കൻതീരം തേടി ലിസ്ബണിൽനിന്ന് കപ്പൽയാത്ര തുടങ്ങി. കോംഗോയിലെത്തിയപ്പോൾ കൊടുങ്കാറ്റുതുടങ്ങി. കാറ്റിൽ ആടിയുലഞ്ഞ് യാത്ര ദുഷ്കരമായപ്പോൾ മടങ്ങാൻ തീരുമാനിച്ചു. മടക്കയാത്രയിലും കാറ്റ് കപ്പലിന്റെ ഗതിമാറ്റിക്കൊണ്ടിരിക്കുന്നതിനിടയിൽ പടിഞ്ഞാറ് ഒരു മുനമ്പ് കണ്ടെത്തി. എന്നാൽ, കാറ്റിന്റെ ശക്തികൊണ്ട് അവിടെയും നങ്കൂരമിടാനായില്ല. ഒടുവിൽ കാറ്റ് ശമിച്ചപ്പോൾ അവിടെ കപ്പൽ നങ്കൂരമിട്ടു. മടക്കയാത്രയിൽ കണ്ടെത്തിയ ആ മുനമ്പിനെക്കുറിച്ച് പോർച്ചുഗൽ രാജാവായ ജോൺ രണ്ടാമനോട് ബർത്തലോമിയോ വിവരിച്ചപ്പോൾ രാജാവാണ് പ്രത്യാശയുടെ മുനമ്പ് എന്നർഥത്തിൽ 'ഗുഡ്ഹോപ്പ് മുനമ്പ്' എന്നു പേരിട്ടത്.

ദേശീയപാതകൾ

എൻ എച്ച് 17, 47 എന്നൊക്കെ പറയുന്നതിൻെറ അർഥമെന്താണ്?

ഇന്ത്യയിലെ ദേശീയപാതകൾക്ക് പ്രത്യേക നമ്പറുകൾ നൽകിയിരിക്കുന്നു. കേരളത്തിലൂടെ കടന്നുപോകുന്ന എട്ട് ദേശീയ പാതകൾ താഴെ

പറയുന്നവയാണ്.

എൻ എച്ച് 47: സേലം – കന്യാകുമാരി
എൻ എച്ച് 17: പനവേൽ – ഇടപ്പള്ളി
എൻ എച്ച് 49: കൊച്ചി – മധുര
എൻ എച്ച് 47 എ: കുണ്ടന്നൂർ – വില്ലിങ്ടൺ ഐലൻഡ്
എൻ എച്ച് 208: കൊല്ലം – തിരുമംഗലം
എൻ എച്ച് 212: കോഴിക്കോട് – മൈസൂർ
എൻ എച്ച് 213: പാലക്കാട് – കോഴിക്കോട്
എൻ എച്ച് 220: കൊല്ലം – തേനി

നെഗോഷ്യബിൾ ഇൻസ്ട്രുമെന്റ്സ്

നെഗോഷ്യബിൾ ഇൻസ്ട്രുമെന്റ് ആക്ട് എന്നാലെന്താണ്?

ചെക്ക്, ഡ്രാഫ്റ്റ്, ബോണ്ട്, പ്രോമിസറി നോട്ട് തുടങ്ങി ധനവിനിമയ ഉപാധികളെയാണ് 'നെഗോഷ്യബിൾ ഇൻസ്ട്രുമെന്റ്സ്' എന്നു പറയുന്നത്. ഇവയുടെ വിനിമയം നിയന്ത്രിക്കുന്ന വ്യവസ്ഥകളാണ് നെഗോഷ്യബിൾ ഇൻസ്ട്രുമെന്റ് ആക്ടിലുള്ളത്. 1881 ലാണ് ഈ നിയമം നിലവിൽവന്നത്.

നേരത്തെ പ്രഖ്യാപിച്ചിട്ടുള്ള പൊതുഅവധി ദിവസങ്ങളിൽ ഇവയുടെ വിനിമയം നടക്കാറില്ല. തൊട്ടടുത്ത പ്രവൃത്തി ദിവസങ്ങളിലാണ് ഇവയുടെ വിനിമയം. പെട്ടെന്ന് പുതിയ അവധി പ്രഖ്യാപിക്കുമ്പോൾ നെഗോഷ്യബിൾ ഇൻസ്ട്രുമെന്റ് ആക്ടനുസരിച്ചും അവധിയായിരിക്കുമെന്നു പറഞ്ഞിട്ടില്ലെങ്കിൽ ആ ദിവസം ബാങ്കുകളടക്കമുള്ള സാമ്പത്തിക സ്ഥാപനങ്ങൾ പ്രവർത്തിക്കണം. നെഗോഷ്യബിൾ ഇൻസ്ട്രുമെന്റ് ആക്ട് പ്രകാരം വിനിമയം നടത്തുന്ന സ്ഥാപനങ്ങൾക്കും പെട്ടെന്നുണ്ടാകുന്ന അവധി നൽകാനാണ് പ്രഖ്യാപനത്തിനൊപ്പം ഇക്കാര്യവും വ്യക്തമാക്കുന്നത്.

അതുപോലെ, ഒരു ചെക്ക് ഇത്രാം തീയതി സമർപ്പിക്കേണ്ടതോ കാലാവധി തുടങ്ങുന്നതോ തീരുന്നതോ ആണെങ്കിൽ ആ ദിവസം പെട്ടെന്ന് അവധിയായാൽ ഇതോടനുബന്ധിച്ച സാമ്പത്തിക ഇടപാടുകൾ തടസപ്പെടും. എന്നാൽ നെഗോഷ്യബിൾ ഇൻസ്ട്രുമെന്റ് ആക്ട് പ്രകാരം ബാങ്കുകൾക്കും അവധി പ്രഖ്യാപിച്ചാൽ അടുത്തദിവസം ഈ ചെക്ക് സമർപ്പിക്കുന്നതിനും സാധുതയുണ്ടാകും

ആസിഡ് മഴയും ആലിപ്പഴവും ചുവന്നമഴയും

ആസിഡ് കലർന്ന മഴ പെയ്യുമ്പോഴാണ് അമ്ലമഴപെയ്തുവെന്നു പറയുന്നത്. മഴപെയ്യുമ്പോൾ അന്തരീക്ഷത്തിൽ തങ്ങിനിൽക്കുന്ന നൈട്രജൻ ലവണങ്ങളുടെയും ഗന്ധകത്തിന്റെയും ഓക്സൈഡുകൾ (സൾഫർ ഓക്സൈഡും നൈട്രസ് ഓക്സൈഡും) മഴത്തുള്ളികളിൽ ലയിച്ച് ഭൂമിയിലേക്കു പതിക്കുന്നു. വ്യവസായശാലകളിൽ കൽക്കരി, പെട്രോളിയം എന്നിവ ഉയർന്ന താപനിലയിൽ കത്തുമ്പോഴാണ് ഈ ഓക്സൈഡുകൾ ഉണ്ടാകുന്നത്. അമേരിക്ക, ജർമനി തുടങ്ങിയ രാജ്യങ്ങളിലാണ് അമ്ലമഴ

കൂടുതൽ. എന്നാൽ ആലിപ്പഴം ഇതല്ല. ശൈത്യരാജ്യങ്ങളിൽ ചൂടുപിടിച്ച വായു (നീരാവി) ഭൂമിയിൽനിന്ന് അന്തരീക്ഷത്തിലേക്കുയരുമ്പോൾ തണുത്തവായു മുകളിൽനിന്ന് താഴേയ്ക്കും പതിക്കുന്നു. അന്തരീക്ഷത്തിൽ ഇതു രണ്ടും കൂടിച്ചേരുമ്പോൾ നീരാവി തണുത്ത് ഐസ് കഷ്ണങ്ങളാകുന്നു. ഇവ താഴേക്കു പതിക്കുന്നതിനെയാണ് ആലിപ്പഴം എന്നുപറയുന്നത്.

ചില സ്ഥലങ്ങളിൽ മഴയിൽ ചെറിയ മത്സ്യങ്ങളെ കാണാറുണ്ട്. ഇത് അത്ഭുതപ്രതിഭാസമൊന്നുമല്ല. ഇതേക്കുറിച്ച് കാലാവസ്ഥാ വിദഗ്ധർ പറയുന്നത് ഇങ്ങനെയാണ്: ശക്തമായ കാറ്റോ ചുഴലിക്കാറ്റോ ഉണ്ടാകുമ്പോൾ സമുദ്ര ഉപരിതലത്തിലുള്ള ചെറിയ മീനുകളും ജലവും കാറ്റിൽപ്പെടുകയും ദൂരെയുള്ള അന്തരീക്ഷത്തിലേക്ക് ഇവ എത്തുകയും അന്തരീക്ഷത്തിൽ ഈർപ്പം നിലനിൽക്കുന്നിടത്തോളം ഈ മീനുകൾ ജീവനോടെ ഇരിക്കുകയും ശക്തമായ മഴയുണ്ടാകുമ്പോൾ ഇത് ഭൂമിയിൽ പതിക്കുകയും ചെയ്യുന്നു.

2001 ൽ കേരളത്തിന്റെ ചിലഭാഗങ്ങളിൽ ചുവന്നമഴ പെയ്തത് വാർത്തയായിരുന്നു. ഈ മഴയുടെ കാരണങ്ങളെക്കുറിച്ച് ശാസ്ത്രജ്ഞർക്കിടയിൽ ഏകാഭിപ്രായമില്ല. ആൽഗകളാണ് ഈ മഴയ്ക്കു കാരണമായതെന്നാണ് ഒരഭിപ്രായം. എന്നാൽ ചുവന്നമഴയിൽ കണ്ടെത്തിയ വസ്തുക്കളിൽ ജീവകോശ ലക്ഷണങ്ങൾവരെ കണ്ടെത്തിയെന്ന് മറ്റൊരുവാദവുമുണ്ടായിരുന്നു.

ബർമുഡ ട്രയാങ്കിൾ

ബർമുഡ ട്രയാങ്കിൾ എവിടെയാണ്?

അറ്റ്ലാന്റിക് സമുദ്രത്തിൽ ബർമുഡ, മിയാമി, ഫ്ളോറിഡ എന്നിവയ്ക്കിടയിലുള്ള ഭാഗത്തെ അമ്പരപ്പിക്കുന്ന കടൽച്ചുഴിയാണ് ബർമുഡ ത്രികോണം (Bermuda Triangle) എന്നറിയപ്പെടുന്നത്. അമേരിക്കയിലെ തെക്കുകിഴക്കൻ അറ്റ്ലാന്റിക് തീരത്തിനടുത്താണിത്. ചെറുബോട്ടുകളും കപ്പലുംമുതൽ വിമാനംവരെ ഈ ചുഴിയിൽ കാണാതായതായി അതിശയോക്തി കലർന്ന കഥകൾ പ്രചരിച്ചിട്ടുണ്ടെങ്കിലും ഇതേക്കുറിച്ച് ഔദ്യോഗിക വിവരം നൽകുന്ന അമേരിക്കൻ കോസ്റ്റ്ഗാർഡ് ഇപ്പോഴും പൂർണമായ സ്ഥിരീകരണം നൽകിയിട്ടില്ല. 1951 ൽ *അസോസിയേറ്റഡ് പ്രസിൽ* ഇ വി ഡബ്ല്യു ജോൺസും 1952 ൽ ജോർജ് എക്സ്സാന്റ് ഒരു മാസികയിലും കടലിലെ ഈ അത്ഭുതകരമായ അപ്രത്യക്ഷമാകൽ വിവരിച്ചു. 1964 ൽ വിൻസൻറ് ഹെഡ്ഡിസ് *ദി ഡെഡ്ലി ബർമുഡ ട്രയാങ്കിൾ* എന്ന പേരിലും ഈ കടൽച്ചുഴിയെപ്പറ്റി പ്രതിപാദിച്ചിട്ടുണ്ട്. ഇതിനെതുടർന്നാണ് ഈ പേരുണ്ടായത്. എന്നാൽ ഈ അത്ഭുത കഥകൾക്കു പിന്നിലെ സംഭവങ്ങളിൽ ഭാഗികമായി സത്യമുണ്ടെന്നും അവർ പറയുന്നു. കാരണം ഭൂമിയു

ടെ സാധാരണ കാന്തികബലത്തിൽനിന്നു വളരെ വ്യത്യസ്തമായ കാന്തികബലത്തിന്റെ സൂചിക കാണിക്കുന്ന ലോകത്തിലെ രണ്ടു ഭാഗങ്ങളിലൊന്നാണ് ബർമുഡ ത്രികോണമുള്ള ഭാഗം. ജപ്പാന്റെ കിഴക്കൻ തീരത്തുള്ള 'ചെകുത്താൻ കടൽ' എന്നറിയപ്പെടുന്ന ഭാഗമാണ് മറ്റൊന്ന്. കാന്തികബലസൂചികയിൽ 20 ഡിഗ്രിവരെ വ്യതിയാനമുള്ള ഇവിടെ കപ്പലും ബോട്ടുമൊക്കെ എത്തുമ്പോൾ നാവികൻ ഈ വ്യതിയാനത്തെ മറികടക്കാനുള്ള പ്രതിബലം എഞ്ചിനു നൽകിയില്ലെങ്കിൽ അപകടം സംഭവിക്കാമെന്നും പറയുന്നു. ശക്തമായ അടിയൊഴുക്കും ചുഴലിക്കാറ്റുമുള്ള ഭാഗമായതുകൊണ്ട് മുങ്ങിയ ബോട്ടുകളുടെ അവശിഷ്ടങ്ങൾ ഇവിടെത്തന്നെ കാണണമെന്നില്ല.

പെനിസിലിൻ

പെനിസിലിന് ഈ പേരുവരാൻ കാരണമെന്ത്? ഇതു കണ്ടുപിടിച്ചതാരാണ്?

ഡോ: അലക്സാണ്ടർ ഫ്ളെമിങ്ങാണ് പെനിസിലിൻ കണ്ടുപിടിച്ചത്. ലണ്ടനിൽ സെന്റ് മേരീസ് ഹോസ്പ്പിറ്റലിൽവെച്ച് പെനിസിലിയം (Penicillium) വംശത്തിൽപ്പെട്ട ബാക്ടീരിയ അദ്ദേഹം പരീക്ഷണംനടത്തിക്കൊണ്ടിരുന്ന സ്റ്റാഫൈലോകോക്കസ് ഓറിയൂസ് എന്ന ബാക്ടീരിയയെ നശിപ്പിച്ചതോടെയാണ് പെനിസിലിയത്തിന്റെ കഴിവ് ഡോക്ടർ തിരിച്ചറിഞ്ഞത്. അതിൽനിന്നാണ് 1928ൽ പെനിസിലിൻ ആന്റിബയോട്ടിക്കിന്റെ കണ്ടുപിടിത്തം.

ഡോ.അലക്സാണ്ടർ ഫ്ളെമിങ്

ദേശീയപതാകയുടെ രൂപകൽപ്പന

ദേശീയപതാക രൂപകൽപ്പന ചെയ്തത് ആരാണ്?

1947 ജൂലൈ 22 കോൺസ്റ്റിറ്റ്യുവന്റ് അസംബ്ലി സ്വതന്ത്ര ഇന്ത്യയുടെ രാഷ്ട്രപതാകയായി ത്രിവർണപതാക അംഗീകരിച്ചു. 1921ൽ ബസ്വാഡ(വിജയവാഡ)യിൽ നടന്ന കോൺഗ്രസ് സമ്മേളനത്തിലാണ് ആന്ധ്രക്കാരനായ പിങ്കലി വെങ്കയ്യ എന്ന യുവാവ് ഗാന്ധിജിക്ക് പച്ചയിലും ചുവപ്പിലും വീതിയേറിയ വരകളുള്ള ഒരു പതാക സമ്മാനിച്ചത്. 1916ൽ അദ്ദേഹം ഇത് രൂപകൽപ്പന ചെയ്തിരുന്നു. തുടർന്ന് ഒരു നിറം കൂടി വേണമെന്ന ഗാന്ധിജിയുടെ നിർദേശപ്രകാരം ഇത് ത്രിവർണപ

താകയാക്കി. 1931 ൽ കറാച്ചിയിൽ നടന്ന കോൺഗ്രസ് സമ്മേളനവുംഇത് അംഗീകരിച്ചു. നിറങ്ങൾ കുങ്കുമനിറം, വെള്ള, പച്ച എന്നിങ്ങനെയായി അംഗീകരിച്ചു. ഇവയ്ക്ക് ഒരു സാമുദായിക പ്രാധാന്യവുമില്ലെന്നു വ്യക്തമാക്കിക്കൊണ്ടാണ് ത്രിവർണപതാകയെ അംഗീകരിച്ചത്. കുങ്കുമനിറം ധൈര്യത്തെയും ത്യാഗത്തെയും, വെള്ള സത്യത്തെയും സമാധാനത്തെയും, പച്ച വിശ്വാസത്തെയും ശൗര്യത്തെയും പ്രതിനിധീകരിക്കുന്നു. രാഷ്ട്രപതാകയായി അംഗീകരിക്കുമ്പോൾ നടുക്കുള്ള ചർക്കയുടെ സ്ഥാനത്ത് സാരനാഥിലെ അശോകസ്തംഭത്തിലുള്ള ധർമചക്രം സ്വീകരിക്കപ്പെട്ടു. 24 ആരക്കാലുള്ള ചക്രം നേവീബ്ലൂ നിറത്തിലാണ്. ഇതിനു മുമ്പേ മാഡം കാമ ഡിസൈൻ ചെയ്ത ഒരു പതാക ജർമനിയിൽ സോഷ്യലിസ്റ്റ് കൺവൻഷനിൽ ഉയർത്തിയിരുന്നു. ഈ പതാക ഇന്ത്യൻ സ്വാതന്ത്ര്യമോഹം വിദേശത്തും പ്രചരിക്കാൻ സഹായിച്ചിരുന്നു. എന്നാൽ പിങ്കലി വെങ്കയ്യയുടെ പതാകയിൽ മാറ്റങ്ങൾ വരുത്തിയതാണ് ദേശീയപതാക.

സിസേറിയൻ

പ്രസവശസ്ത്രക്രിയയ്ക്ക് സിസേറിയൻ എന്ന പേർ വരാൻ കാരണമെന്ത്?

സിസേറിയൻ എന്നതാണ് ശരിയായ വാക്ക്. സാധാരണ പ്രസവം അസാധ്യമാകുമ്പോൾ ഗർഭാശയം കീറി കുഞ്ഞിനെ എടുക്കുന്ന ശസ്ത്രക്രിയയാണിത് (Caesarian operation). ജൂലിയസ് സീസറെ പ്രസവിച്ചത് ഇപ്രകാരമാണെന്ന ഐതിഹ്യത്തെ ആസ്പദമാക്കിയാണ് ഈ പേരുണ്ടായത്.

നീളമുള്ള നദി

പെരിയാറാണോ ഭാരതപ്പുഴയാണോ കേരളത്തിലെ ഏറ്റവും വലിയ നദി?

പെരിയാറിന്റെ ദൈർഘ്യം 244 കിലോമീറ്റർ. ഭാരതപ്പുഴയുടെ ദൈർഘ്യം 209 കിലോമീറ്റർ. നീളം കൊണ്ടും ജല സമ്പത്തു കൊണ്ടും വലിപ്പം പേരു സൂചിപ്പിക്കുന്നതുപോലെ പെരിയാറിനുതന്നെ.

മെയ്ദിനത്തിൻെറ ചരിത്രം

മെയ് ഒന്ന് സാർവദേശീയ തൊഴിലാളിദിനമാകാൻ കാരണമെന്ത്?

അമേരിക്കയിലെ ചിക്കാഗോയിൽ എട്ടു മണിക്കൂർ ജോലി, എട്ടു മണിക്കൂർ വിശ്രമം, എട്ടു മണിക്കൂർ വിനോദം എന്നീ അവകാശങ്ങൾക്കായി തൊഴിലാളികൾ നടത്തിയ 1886 ലെ സമരത്തിന്റെ സ്മരണ പുതുക്കുന്ന ദിനമാണ് മെയ് ഒന്ന്. അടിച്ചമർത്തപ്പെട്ടിട്ടും ധീരോദാത്തമായ ചെറുത്തുനിൽപ്പിലൂടെ തൊഴിലാളികൾ ആ അവകാശങ്ങൾ നേടിയെടുത്തു. 1889 ൽ രണ്ടാം സോഷ്യലിസ്റ്റ് ഇന്റർനാഷണൽ മെയ് ദിനം തൊഴിലാളികൾക്ക് അവധിദിനമായി പ്രഖ്യാപിച്ചു. ഇന്ന് ലോകമെങ്ങും മെയ് ഒന്ന് തൊഴിലാളിദിനമായി ആഘോഷിക്കുന്നു.

ലിംക ബുക്ക് ഓഫ് റെക്കോർഡ്സ്

ലിംക ബുക്ക് ഓഫ് റെക്കോർഡ്സ് എന്താണ്? ഇതിന് ഗിന്നസ് ബുക്കുമായി എന്തെങ്കിലും ബന്ധമുണ്ടോ?

ഗിന്നസ് ബുക്ക് ലോക റെക്കോർഡുകളുടെ ആധികാരികഗ്രന്ഥമായി അംഗീകരിക്കപ്പെട്ടിരിക്കുന്നു. ലോകറെക്കോർഡുകൾ പ്രസിദ്ധീകരിക്കുന്ന ഈ പുസ്തകത്തിൻെറ മുഴുവൻപേര് *ഗിന്നസ് വേൾഡ് റെക്കോർഡ്സ്*. ലണ്ടൻ ആസ്ഥാനമായാണ് ഇത് പ്രസിദ്ധീകരിക്കുന്നത്. എന്നാൽ *ലിംക ബുക്ക് ഓഫ് റെക്കോർഡ്സ്* ഇന്ത്യയിൽനിന്ന് പ്രസിദ്ധീകരിക്കുന്നതാണ്. ഗിന്നസും ലിംകയുമായി ബന്ധമൊന്നുമില്ല. *ലിംക ബുക്ക് ഓഫ് റെക്കോർഡ്സിൻെറ* വിലാസം: Limca Book of Records,C/o Coca-Cola India, Enkay Tower, Udyogvihar V, Gurgoan, Haryana.

മൊബൈൽ ഫോൺ

മൊബൈൽ ഫോൺ കണ്ടുപിടിച്ചതാരാണ്?

മാർട്ടിൻ കൂപ്പറാണ് മൊബൈൽ ഫോണിന്റെ ഉപജ്ഞാതാവ്. 1973 ഏപ്രിൽമൂന്നിന് അദ്ദേഹം മോട്ടോറോള കമ്പനി ജനറൽ മാനേജരായിരിക്കെ ന്യൂയോർക്ക് നഗരത്തിൽവെച്ച് അന്നത്തെ തന്റെ മുഖ്യ എതിരാളി കമ്പനിയായിരുന്ന എ ടി ആൻഡ് ടി ലാബ് കമ്പനിയിലേക്കാണ് ആദ്യ കോൾ വിളിച്ചത്.

ഇംഗ്ലണ്ടും ബ്രിട്ടനും യു കെ യും

ഇംഗ്ലണ്ടും ബ്രിട്ടനും തമ്മിലുള്ള വ്യത്യാസമെന്താണ്?

ഇംഗ്ളണ്ട്, സ്കോട്ലന്റ്, വെയിൽസ് എന്നിവയുൾപ്പെട്ട പ്രദേശത്തിനാകെയുണ്ടായിരുന്ന പുരാതനമായ പേരാണ് ബ്രിട്ടൻ. സ്കോട്ലന്റിലെ ജെയിംസ് ആറാമൻ 1603 ൽ ഇംഗ്ലണ്ടിലെ ജെയിംസ് ഒന്നാമനായി സ്ഥാനാരോഹണം ചെയ്തപ്പോഴാണ് ഗ്രേറ്റ് ബ്രിട്ടൻ എന്ന പേരുണ്ടായത്. ബ്രിട്ടനും വടക്കൻ അയർലണ്ടും ചേർന്നതാണ് യുണൈറ്റഡ് കിങ്ഡം (യുകെ).

ഫീനിക്സ്

ഏതൊരു ശക്തമായ തിരിച്ചുവരവിനെയും 'ഫീനിക്സ്' പക്ഷിയെക്കൊണ്ടാണ് ഉപമിക്കുന്നത്. എന്താണ് ഫീനിക്സ് പക്ഷിയുടെ ഐതിഹ്യം?

ഫീനിക്സ് (Pheonix) ഈജിപ്ഷ്യൻ ഐതിഹ്യത്തിൽ ഉയിർത്തെഴുന്നേൽപ്പിന്റെ പ്രതീകമായ പക്ഷിയാണ്. സ്വർണവും ചുവപ്പും നിറങ്ങൾ ചേർന്ന ചിറകുള്ള ഈ ഏകനായ ആൺപക്ഷിക്ക് 500 – 1461 വർഷങ്ങൾക്കിടയ്ക്കാണ് പ്രായം. ആയുസ്സിൻെറ അവസാനം കൂടിനു തീപിടിച്ചാണ് ഈ പക്ഷി മരിക്കുന്നത്. ഒടുവിൽ അതേ ചാരത്തിൽ നിന്നു തന്നെ പുതിയ ഫീനിക്സ് പക്ഷി ഉയിർത്തെഴുന്നേൽക്കും. അപ്പോൾ സ്വർണ–ചുവപ്പ് നിറങ്ങളുള്ള ചിറകുകൾ തീനാളമായി തോന്നിക്കും. ആ തീനാളവുമായി പക്ഷി ചിറകടിച്ചുയരുന്നതായാണ് ഐതിഹ്യം. ഗ്രീക്ക് ഐതിഹ്യങ്ങളിൽ ഫീനിക്സിന് സൂര്യദേവനുമായും ബന്ധമുണ്ട്.

ഈജിപ്തുകാർ രൂപത്തിൽ കൊക്കിനു സമാനമായൊരു പക്ഷിയായാണ് ഫീനിക്സിനെ സങ്കൽപ്പിക്കുന്നതെങ്കിൽ ഗ്രീക്കുകാരും റോമൻകാരും മയിലിനും കഴുകനും സമാനമായാണ് ഇതിനെ സങ്കൽപ്പിക്കുന്നത്.

ഗുഡ് ഫ്രൈഡേ

ഇംഗ്ലീഷിൽ ഗുഡ് ഫ്രൈഡേ എന്നും മലയാളത്തിൽ ദു:ഖവെള്ളി യാഴ്ച എന്നും പറയുന്നതിൻെറ വ്യത്യാസമെന്താണ്?

രണ്ടും ഒരേ ദിവസമാണെങ്കിലും ഗുഡ് ഫ്രൈഡേ എന്നതിൻെറ നേർപരിഭാഷയല്ല ദു:ഖവെള്ളിയാഴ്ച. യേശുക്രിസ്തുവിന്റെ കുരിശുമര ണത്തിന്റെ ദു:ഖസ്മരണ പുതുക്കുന്ന ദിവസമായതുകൊണ്ടാണ് ദു:ഖ വെള്ളിയാഴ്ച എന്ന പേരുണ്ടായത്. യേശുവിന്റെ മരണം മാനവരാശി യുടെ രക്ഷയ്ക്കുവേണ്ടിയായിരുന്നു എന്ന ക്രൈ സ്തവ വിശ്വാസത്തിന്റെ അ ടിസ്ഥാനത്തിൽ ഇംഗ്ലീഷിൽ ഗുഡ് ഫ്രൈഡേ എന്നു പറയുന്നു.

വൻമതിലിന്റെ വലിപ്പം

ചൈനയിലെ വൻമതിലിന്റെ ഉയരവും നീളവും എത്ര?

ലോകമഹാത്ഭുതങ്ങളിൽ ഒന്നാണ് ചൈനയിലെ വൻമതിൽ. ബെയ്ജിങ്ങിൽനിന്ന് 60 കിലോമീ റ്റർ വടക്കു പടിഞ്ഞാറ് ബാഡാലി ങ് എന്ന സ്ഥലത്ത് ആരംഭിച്ച് ലി യാവോദോങ് ഉൾക്കടൽ വരെയു ള്ള പ്രാധാന മതിലും നിരവധി കോ ട്ടകളും ഉൾപ്പെടെ 6400 കിലോമീ റ്റർ നീളം. ചില ഭാഗങ്ങളിൽ 20 മു തൽ 50 അടി വരെ ഉയരം. ഇരുഭാ ഗങ്ങളിലും ഭിത്തി; ഇടയ്ക്കിടെ ഗോ പുരങ്ങൾ. പല ചക്രവർത്തിമാർ പല ഘട്ടങ്ങളിലായി പണിയിച്ച ഈ മതിൽ ബി സി 214ൽ തുടങ്ങി പതി ന്നാലാം നൂറ്റാണ്ടിൽ പൂർത്തിയായി. ചന്ദ്രനിൽ നിന്നു നോക്കിയാൽ ചൈനീസ് വൻമതിൽ കാണാമെന്ന് സഞ്ചാരികളും സാക്ഷ്യപ്പെടുത്തുന്നു.

ചൈനയിലെ വൻമതിൽ

വാച്ചിലെ 10.10 സമയം

ക്ലോക്കുകളുടെയും വാച്ചുകളുടെയും പരസ്യത്തിലും മറ്റും സമ യം 10 മണി 10 മിനിറ്റ് എന്ന് ചിത്രീകരിക്കുന്നത് എന്തുകൊണ്ട്?

ഒരു നൂറ്റാണ്ടോളമായി വാച്ച് കമ്പനികൾ അവരുടെ ബ്രോഷറുക ളിലും പരസ്യങ്ങളിലും 10.10 എന്ന സമയം കാണിക്കുന്ന വാച്ചുകളുടെ ചിത്രം പ്രസിദ്ധീകരിക്കാറുണ്ട്. ഇതിനു പല കാരണങ്ങളും ചൂണ്ടിക്കാ ണിക്കപ്പെടുന്നു.

10.10 എന്ന സമയത്ത് സൂചികളുടെ നില ക്ലോക്കിൻെറ/വാച്ചിന്റെ ഡയലിന് സമതുലിത മുഖം നൽകും. 8.20, 2.50 എന്നീ സമയമാകുമ്പോഴും ക്ലോക്കിന് സമതുലിത മുഖം കിട്ടുന്നുണ്ട്. ഡയലിനെ നാലായി സമം മുറിച്ചുകിട്ടുന്നതിൽ ഒരു ഭാഗമാണ് ഈ സമയങ്ങളിൽ സൂചികൾക്കിടയിൽ വരുന്നത്. 10.10 എന്ന സമയം കൊടുക്കുമ്പോൾ ക്ലോക്കിന് ചിരിച്ച മുഖംകിട്ടും എന്നൊരു വ്യാഖ്യാനവുമുണ്ട്. മറ്റ് സമതുലിത സമയങ്ങളിൽ ഈ മെച്ചമില്ല. 8.20ന്റെ സൂചികളുടെ നില ചിരിക്കാത്ത മുഖംപോലെയാകുമെന്നതിനാലാണ് അത് ഉപയോഗിക്കാത്തതെന്നും പറയുന്നു.

ക്ലോക്ക് നിർമാതാക്കളുടെ കമ്പനിപ്പേര് ഫ്രെയിംചെയ്ത രൂപത്തിൽ വരാനാണ് 10.10 എന്ന സമയംതന്നെ ചിത്രങ്ങളിൽ ഉപയോഗിക്കുന്നത് എന്നതാണ് ഇക്കാര്യത്തിൽ കൂടുതൽ സ്വീകാര്യമായ വിശദീകരണം. മിക്കവാറും കമ്പനികൾ ഡയലിന്റെ മധ്യത്തിനു മുകളിലായാണ് കമ്പനിപ്പേര് കൊടുക്കുന്നത്. ഇത് കാഴ്ചയിൽ കൂടുതൽ ആകർഷകമാക്കാൻ 10.10 സമയത്തെ സൂചികളുടെ നില സഹായകമാണ്.

ഡയലിന്റെ മധ്യത്തിനു താഴെയായി കമ്പനിപ്പേര് അച്ചടിക്കുന്ന ക്ലോക്കുകളിൽ സൂചികൾ താഴേക്കുള്ള 8.20 പോലെയുള്ള സമയം കാണിക്കാറുണ്ടെന്നും ചൂണ്ടിക്കാണിക്കപ്പെടുന്നു.

അമേരിക്കൻ പ്രസിഡന്റായിരുന്ന എബ്രഹാം ലിങ്കന്റെ മരണസമയമാണ് 10.10 എന്നൊരു വാദം നിലവിലുണ്ട്. ഇതു ശരിയാകാനിടയില്ല. ലിങ്കൺ മരിച്ചത് 1865 ഏപ്രിൽ 15നു രാവിലെ 7.22നാണല്ലോ. അദ്ദേഹത്തിന് വെടിയേറ്റതും 10.10 ന് അല്ല, തലേന്നു രാവിലെ 10.15നായിരുന്നു.

മഴയുടെ അളവ്

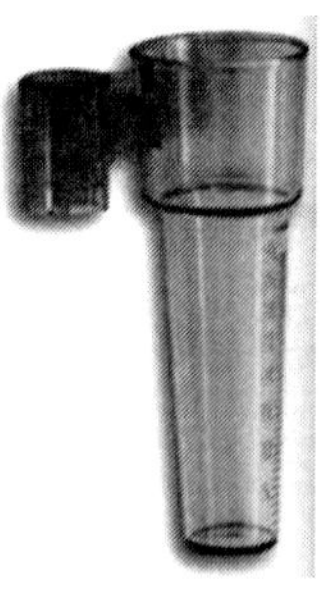

മഴ അളക്കുന്നത് സെന്റീമീറ്ററിലോ മില്ലിമീറ്ററിലോ ആണല്ലോ. ഇതെങ്ങനെ അളക്കുന്നു?

പെയ്യുന്ന മഴ മുഴുവൻ ഭൂമിയിൽ ലഭിക്കുന്നില്ലല്ലോ. മഴവെള്ളം കുറച്ച് ഒഴുകിപ്പോകുന്നു. കുറച്ച് മണ്ണിൽ താഴ്ന്നിറങ്ങുന്നു. കുറച്ചുഭാഗം ഇലകളിൽ തങ്ങുന്നു. ബാക്കി കാറ്റിൽ നീരാവിയായിപ്പോകുന്നു. ഇതെല്ലാം ചേർന്നാലേ പെയ്ത മഴയുടെ അളവാകൂ. മഴയുടെ ഈ വിധത്തിലുള്ള നഷ്ടങ്ങളൊന്നുമില്ലെങ്കിൽ ഒരു പ്രത്യേക സ്ഥലത്ത് ഒരുദിവസം മഴ പെയ്താൽ വെള്ളം ഉയരു

മെന്ന തത്ത്വത്തിന്റെ അടിസ്ഥാനത്തിലാണ് മഴയുടെ ഉയർച്ച ഇത്ര സെ.മീ. /മി.മീ. എന്ന് കണക്കാക്കുന്നത്.

കാലാവസ്ഥാ പഠനവിഭാഗത്തിന്റെ മാനദണ്ഡങ്ങൾ പാലിക്കുന്ന റെയിൻഗേജ് (Rainguage) എന്ന ഉപകരണം തടസങ്ങളൊന്നുമില്ലാതെ മഴ കിട്ടുന്ന സ്ഥലത്ത് സ്ഥാപിച്ച് മഴ സംഭരിച്ച് എത്ര സെന്റിമീറ്റർ/ മില്ലിമീറ്റർ ഉണ്ടെന്ന് അളക്കുന്നു. ആ അളവാണ് എത്ര സെന്റിമീറ്റർ മഴ പെയ്തുവെന്നു പറയുന്നത്.

ആഴ്ചയുടെ ആദ്യ ദിവസം

ആഴ്ചയിലെ ആദ്യത്തെ ദിവസം ഞായറാണോ തിങ്കളാണോ?

ക്രിസ്തീയ ആചാരപ്രകാരം സാബത്ത് (Sabbathu) ആണ് ആഴ്ചയുടെ അവസാനദിവസം. *ബൈബിൾ*പ്രകാരം സാബത്ത് ഇപ്പോഴത്തെ ശനിയാഴ്ചയാണെന്ന് കണക്കാക്കപ്പെടുന്നു. അതുകൊണ്ട് ജൂത, ക്രിസ്ത്യൻ ആചാരങ്ങൾ അനുസരിച്ച് ഞായറാഴ്ച ആഴ്ചയുടെ ആദ്യ ദിവസമായി കണക്കാക്കുന്നു.

റഷ്യൻ ആചാരപ്രകാരം ചൊവ്വാഴ്ച (Tuesday) യാണ് ആഴ്ചയുടെ രണ്ടാംദിവസം. റഷ്യ ഉൾപ്പെടെ ചില രാജ്യങ്ങൾ തിങ്കളാഴ്ചയാണ് ആഴ്ചയുടെ ആദ്യദിവസമായി കണക്കാക്കുന്നത്. ഇന്റർനാഷണൽ സ്റ്റാൻഡേർഡ് ഓർഗനൈസേഷന്റെ ഐ എസ് ഒ 8601 സ്റ്റാൻഡേർഡ് പ്രകാരം ആഴ്ചയുടെ ആദ്യദിവസമായി തിങ്കളാഴ്ച കണക്കാക്കുമെന്ന് പറയുന്നു.

അംബാസഡർ, ഹൈക്കമ്മീഷണർ

അംബാസഡറും ഹൈക്കമ്മീഷണറും തമ്മിലുള്ള വ്യത്യാസമെന്താണ്?

ഒരു രാജ്യത്തെ, മറ്റൊരു രാജ്യത്ത് പ്രതിനിധാനം ചെയ്യുന്ന നയതന്ത്ര ഉദ്യോഗസ്ഥനാണ് അംബാസഡർ. ബ്രിട്ടീഷ് കോമൺവെൽത്ത് രാജ്യങ്ങൾ തമ്മിൽ കൈമാറുന്ന അംബാസഡർമാർ ഹൈക്കമ്മീഷണർ എന്ന പേരിൽ അറിയപ്പെടുന്നു. പേരിലെ ഈ വ്യത്യാസം ഒഴിവാക്കിയാൽ രണ്ടും ഒന്നുതന്നെ.

ചെങ്കൊടിയുടെ ചരിത്രം

എന്നുമുതലാണ് ചെങ്കൊടി തൊഴിലാളിപ്രസ്ഥാനങ്ങളുടെ കൊടിയായി ഉപയോഗിക്കാൻ തുടങ്ങിയത്?

അടിച്ചമർത്തുന്നവർക്കെതിരായ വിപ്ലവപോരാട്ടങ്ങളുടെ പ്രതീകമായി ചെങ്കൊടി ആദ്യമായി ഉപയോഗിക്കുന്നത് എ ഡി 778–779 വർഷത്തിൽ ഇറാനിലെ കർഷകകലാപത്തിലാണ്. സാമൂഹികസമത്വവും

ഭൂമിയുടെ പൊതുഉടമസ്ഥതയും ആയിരുന്നു പ്രധാനമുദ്രാവാക്യങ്ങൾ. പതിനാറ്,പതിനേഴ് നൂറ്റാണ്ടിലെ ജർമനിയിലെ മഹത്തായ കർഷകകലാപത്തിലും ചെങ്കൊടി ഉപയോഗിക്കുകയുണ്ടായി. 1832 ലെ പാരീസ് കലാപത്തോടെ മനുഷ്യന്റെ ചിതറിവീണ ചോരയുടെയും അതുവഴി വിപ്ലവത്തിന്റെയും പ്രതീകമായി അത് മാറി. 1871 ലെ പാരീസ്കമ്യൂണിൽ ചെങ്കൊടി തൊഴിലാളിവർഗവിപ്ലവത്തിന്റെയും ലോകതൊഴിലാളിപ്രസ്ഥാനത്തിന്റെയും അടയാളമായി അംഗീകരിക്കപ്പെട്ടു.

ബാർ കോഡ്

ചില പായ്ക്കറ്റ് ഉൽപ്പന്നങ്ങളുടെ കവറിലും വിദേശത്തുനിന്നു വരുന്ന പുസ്തകങ്ങളുടെ പിൻകവറിലും വീതികുറഞ്ഞതും കൂടിയതുമായ ഒരുകൂട്ടം വരകൾ അടിച്ചുവരുന്നതെന്തുകൊണ്ട്? ഇതിന്റെ കൂടെ കുറെ സംഖ്യകളുമുണ്ട് ഇത് എന്തിനാണ്?

ചില പായ്ക്കറ്റ് ഉൽപ്പന്നങ്ങളുടെ കവറിലും പുസ്തകങ്ങളുടെ പിൻകവറിലും വെളുത്ത പ്രതലത്തിൽ കട്ടികുറഞ്ഞതും കൂടിയതുമായ കുത്തനെയുള്ള കറുത്ത വരകൾ കാണുന്നതിനെ 'ബാർ കോഡ്' എന്നാണ് അറിയപ്പെടുന്നത്. ഇതിലെ ഓരോ വരകളും കമ്പ്യൂട്ടറിൽ വായിക്കാൻ കഴിയുന്ന 0, 1, എന്നീ ഡിജിറ്റൽ നമ്പറുകളെയാണ് സൂചിപ്പിക്കുന്നത്. ഈ നമ്പറുകൾ ഉൽപ്പന്നത്തിന്റെ വില, നിർമാണതീയതി ബാച്ച് നമ്പർ തുടങ്ങിയ പ്രധാന വിവരങ്ങൾ സൂചിപ്പിക്കുന്ന ഡാറ്റയാണിത്. ചില മാർക്കുകളിൽ അത് സൂചിപ്പിക്കുന്ന നമ്പറുകളും എഴുതിയിട്ടുണ്ടാകും. ബാർ കോഡ് റീഡർ എന്ന ഉപകരണം ഈ മാർക്കിൽവയ്ക്കുമ്പോൾ ഇത് സൂചിപ്പിക്കുന്ന ഡിജിറ്റൽ ഡാറ്റ കമ്പ്യൂട്ടറിൽ തെളിയുന്നു. സൂപ്പർ മാർക്കറ്റുകളിലും മറ്റും ഉപയോക്താവ് ഉൽപ്പന്നം വാങ്ങുന്ന സമയത്ത് കൗണ്ടറിൽ വിലയും ബാച്ച് നമ്പറും മറ്റും വായിച്ചെടുക്കാൻ ഈ ഉപകരണം ഉപയോഗിക്കുന്നുണ്ട്. ഫോട്ടോ ഇലക്ട്രിക് സെല്ലിന്റെ സഹായത്തോടെ പ്രവർത്തിക്കുന്ന ഇലക്ട്രോണിക് സെൻസറുകൾ ബാർ കോഡിലെ നമ്പറുകൾ കമ്പ്യൂട്ടറിൽ രേഖപ്പെടുത്തുന്നതോടെ സ്റ്റോക്കിന്റെയും വിൽപ്പനയുടെയും ഏറ്റവും ഒടുവിലത്തെ വിവരങ്ങളും കമ്പ്യൂട്ടറിൽ ഉണ്ടാകും. 1970–ൽ വിദേശരാജ്യങ്ങളിൽ തുടങ്ങിയ ഈ സംവിധാനം ഇപ്പോൾ പ്രധാന ഇന്ത്യൻ ഉൽപ്പന്നങ്ങൾക്കും ഉപയോഗി

ക്കുന്നു. ഉൽപ്പന്നങ്ങളുടെ വിലയും മറ്റു വിവരങ്ങളും മൽസരരംഗത്തുള്ള അതേ ബ്രാൻഡുകൾ അനുകരിക്കാനാവാത്തവിധം സൂക്ഷിക്കാൻ കഴിയുന്നു എന്നതും വിൽപ്പന സമയത്തുള്ള എളുപ്പമുള്ള കൃത്യമായ ബില്ലിങ്ങും മറ്റുമാണ് ഇതിൻെറ ഗുണം.

കലണ്ടർ

ഏതെല്ലാം വിധത്തിലുള്ള കലണ്ടറുകളാണ് ഉണ്ടായിട്ടുള്ളത്? നിലവിലുള്ള കലണ്ടറുകൾ രൂപപ്പെട്ടിട്ട് എത്ര കാലമായി?

ദിവസങ്ങൾ കണക്കാക്കുന്ന സംവിധാനമാണ് കലണ്ടർ. റോമൻ മാസത്തിലെ ആദ്യദിനത്തെ കുറിക്കുന്ന കലണ്ടെ എന്ന ലാറ്റിൻ പദത്തിൽ നിന്നാണ് കലണ്ടർ എന്ന ഇംഗ്ളീഷ് പദത്തിന്റെ ഉൽപ്പത്തി. ഭാരതീയർ ഇതിന് പഞ്ചാംഗം എന്നു പറയുന്നു. മൂന്നുതരം കലണ്ടറുകൾ രൂപപ്പെടുത്തിയിട്ടുണ്ട്.

ചാന്ദ്ര കലണ്ടർ, ചാന്ദ്ര-സൗര കലണ്ടർ, സൗര കലണ്ടർ. പുരാതന ജൂത കലണ്ടറും ഇസ്ലാം കലണ്ടറും ചന്ദ്രനെ ആശ്രയിച്ചുള്ളതായിരുന്നു. ഈജിപ്തിൽ നിലവിലിരുന്നത് സൗര കലണ്ടറാണ്. ക്രിസ്തുവിനുമുമ്പ് 4236ലാണ് ഈജിപ്തുകാർ 365 ദിവസമുള്ള വർഷം സ്വീകരിച്ചത്. ജൂലിയസ് സീസർ പരിഷ്കരിച്ച റോമൻ കലണ്ടറാണ് ജൂലിയൻ കലണ്ടർ. ഇതിൽ വർഷത്തിനു 365 ദിവസവും നന്നാല് വർഷം കൂടുമ്പോൾ 366 ദിവസവുമായിരുന്നു. ജൂലിയൻ കലണ്ടറിന്റെ പരിഷ്കൃതരൂപമാണ് ഗ്രിഗോറിയൻ കലണ്ടർ.

ഗ്രിഗറി മാർപ്പാപ്പയാണ് 1572-ൽ ഈ പരിഷ്കരണം നടത്തിയത്. ബി സി 1300 വരെ ചാന്ദ്ര-സൗര പഞ്ചാംഗം ഭാരതത്തിൽ നിലവിലിരുന്നു. എ ഡി 1200-ൽ ഹിജറ കലണ്ടർ നിലവിൽ വന്നു. ഗ്രിഗോറിയൻ കലണ്ടർ 1757 മുതൽ ഉപയോഗിച്ചു തുടങ്ങി. ശകവർഷം എഡി 78ലും ഹിജറ എ ഡി 622ലും കൊല്ലവർഷം എഡി 825ലും ആരംഭിച്ചു.

ഡമോക്ലിസിൻെറ വാൾ

ഡമോക്ലിസിന്റെ വാളിന്റെ ചരിത്രം പറയുമോ?

സിറക്യൂസിലെ ഭരണാധിപനായിരുന്ന ഡയനീഷ്യസിൻെറ പ്രധാന കൊട്ടാരംവിചാരിപ്പുകാരനും സ്തുതിപാഠകനുമായിരുന്നു ഡമോക്ലിസ്. ഇയാൾ സദാ ഡയനീഷ്യസിൻെറ പ്രതാപത്തിലും ഐശ്വര്യത്തിലും അസൂയപ്പെടുകയും അതെല്ലാം സ്വായത്തമാക്കണമെന്ന് ആഗ്രഹിക്കുകയും ചെയ്തിരുന്നു. രാജപദവി എത്രയ്ക്കു വിപൽക്കരവും ക്ഷണഭംഗുരവുമാണെന്ന് അയാളെ ബോധ്യപ്പെടുത്താൻവേണ്ടി കൊട്ടാരവിരുന്നിൽ അയാളുടെ ഇരിപ്പിടത്തിനു മുകളിലായി തലനാരിഴയിൽ രാജനിർദേശമനുസരിച്ച് മൂർച്ചയേറിയ വാൾ തൂക്കിയിട്ടു. ഏതു നിമിഷത്തിലും സംഭവിക്കാവുന്ന ഘോരവിപത്തിനെയാണ് ഡമോക്ളിസിൻെറ വാൾ സൂചിപ്പിക്കുന്നത്.

ഇൻക്വിലാബ് സിന്ദാബാദ്

ഇൻക്വിലാബ് സിന്ദാബാദ് എന്ന മുദ്രാവാക്യത്തിന്റെ അർഥമെന്താണ്?

ഈ ഉർദു വാക്യത്തിന് വിപ്ലവം ജയിക്കട്ടെ എന്നാണർഥം. ഇന്ത്യയിൽ ഏറെ പ്രചാരമുള്ള രാഷ്ട്രീയ മുദ്രാവാക്യമാണിത്. ബ്രിട്ടീഷ് ഇന്ത്യയിലെ കേന്ദ്ര നിയമനിർമാണസഭയിൽ 1923 ഏപ്രിൽ എട്ടിന് ചർച്ച ചെയ്തുകൊണ്ടിരുന്ന ബില്ലിന്റെ തൊഴിലാളിവിരുദ്ധ സ്വഭാവത്തിൽ പ്രതിഷേധിച്ച് വിപ്ലവകാരികളായ ബടുകേശ്വര ദത്തും ഭഗത് സിങ്ങും സഭയിലേക്ക് ബോംബെറിയുകയും ലഘുലേഖ വിതറുകയും ഇൻക്വിലാബ് സിന്ദാബാദ് എന്ന് ഉദ്ഘോഷിക്കുകയും ചെയ്തു. അവർ തൂക്കുമരത്തിലേക്ക് ആനയിക്കപ്പെട്ടപ്പോഴും വിളിച്ചിരുന്ന മുദ്രാവാക്യം ഇതു തന്നെയായിരുന്നു.

സയാമീസ് ഇരട്ടകൾ

'സയാമീസ് ഇരട്ടകൾ' എന്ന പേരു വിളിക്കാൻ കാരണം എന്താണ്?

ശരീരം ഒന്നായി ചേർന്ന നിലയിൽ ജനിച്ച ചാങ്, എങ് എന്നീ ഇരട്ടകളുടെ ജന്മസ്ഥലവുമായി ബന്ധപ്പെട്ടാണ് 'സയാമീസ്' എന്ന പ്രയോഗം വന്നത്. 1811–ൽ ചൈനയിലെ സയാമി (Siam) ലാണ് ഇവർ ജനിച്ചത്. പതിനെട്ടാം വയസിൽ ക്യാപ്ടൻ അബേൽ

കോഫിൻ എന്നയാൾ ഇരട്ടകളുടെ അമ്മയ്ക്ക് അൽപ്പം പണം നൽകി ഇവരെ അമേരിക്കയിലേക്കു കൊണ്ടുപോയി. അവിടെ ക്യാപ്ടൻ ഇരട്ടകളെ പ്രദർശനവസ്തുവാക്കി.

'സയാമീസ് ഡബിൾ ബോയ്സ്' എന്ന പേരിട്ടായിരുന്നു പ്രദർശനം. പിന്നീട് ഇംഗ്ലണ്ടിലും ഇവരെ പ്രദർശിപ്പിച്ച് പലരും പണമുണ്ടാക്കി. ഇരുപത്തെട്ടാം വയസിൽ ഇവർ പ്രദർശനങ്ങൾക്കു പോകുന്നതു നിർത്തി. അമേരിക്കയിൽ നോർത്ത് കരോലിനയിൽ താമസമാക്കി.

1843ൽ ഇവർ വിവാഹം കഴിച്ചു. സഹോദരിമാരായിരുന്നു വധുക്കൾ. ചാങ് അഡലൈഡ് യേറ്റ്സിനെയും എങ് സാറാ ആനിനെയുമാണ് വിവാഹം കഴിച്ചത്.

എയ്ഡ്സും കൊതുകും

എയ്ഡ്സ് കൊതുകുവഴി പകരുമോ? സിറിഞ്ച്‌വഴി പകരുന്ന എയ്ഡ്സ് കൊതുകു വഴിയും പകരേണ്ടതല്ലേ?

കൊതുകുവഴി എയ്ഡ്സ് പകരില്ലെന്നാണ് ഇതുവരെ നടന്നിട്ടുള്ള പരീക്ഷണങ്ങൾ തെളിയിക്കുന്നത്.

കൊതുക് രക്തം കുടിക്കുകയല്ലാതെ കൊടുക്കാറില്ല. അതായത്, ഒരാളിൽനിന്നു വലിച്ചുകുടിക്കുന്ന രക്തം മറ്റൊരാളിൽ കുത്തിവയ്ക്കില്ല. കൊതുകു കടിക്കുമ്പോൾ ശരീരത്തിലേക്ക് കൊതുകിന്റെ ഉമിനീരാണ് കടത്തിവിടുന്നത്. ചൊറിച്ചിലും അസ്വസ്ഥതയും ഉണ്ടാക്കുന്നതും ഈ ഉമിനീരാണ്. രക്തംകുടിക്കൽ എളുപ്പമാക്കാൻ എണ്ണയിടലിനാണ് ഉമിനീർ ഉപയോഗിക്കുന്നത്. ഈ ഉമിനീരിൽ എയ്ഡ്സ് വൈറസിന് അധികനേരം ജീവിക്കാനോ പ്രത്യുൽപ്പാദനം നടത്താനോ കഴിയില്ല.

എയ്ഡ്സ് വൈറസ് ബാധിച്ചയാളെ കടിക്കുന്ന കൊതുകിന്റെ വായ്ക്ക് പുറത്ത് പുരളുന്ന രക്തത്തിലൂടെ രോഗം പകരാനും സാധ്യതയില്ല. എയ്ഡ്സ് വൈറസ് ഈ രക്തത്തിലും ജീവിക്കില്ല. അന്തരീക്ഷ വായുവുമായി സമ്പർക്കം വരുന്നതോടെ ഈ വൈറസും നശിക്കും.

എയ്ഡ്സ് വൈറസ് ബാധിച്ചയാളിൽ ഉപയോഗിക്കുന്ന സിറിഞ്ചിലൂടെ വൈറസ് പകരുന്നതായി കണ്ടിട്ടുണ്ട്. ഇതിനുകാരണം, വൈറസ് ബാധയുള്ള രക്തം വായുസമ്പർക്കമില്ലാതെ സിറിഞ്ചിൽ അവശേഷിക്കാൻ സാധ്യതയുള്ളതാണ്.

ഹാൾമാർക്ക്

യഥാർഥ സ്വർണത്തിന് ഹാൾമാർക്ക് മുദ്രണം ചെയ്ത B I S സ്വർണം വാങ്ങുക എന്ന് പറയുന്നു. B I S എന്തിനെയാണ് സൂചിപ്പിക്കുന്നത്?

1972 ലെ വിയന്ന കൺവൻഷൻ പ്രകാരമുള്ള അന്താരാഷ്ട്ര ഗുണനിലവാര നിയമങ്ങൾക്കനുസരിച്ചുള്ള ഗുണനിലവാര മുദ്രയാണ്

ഹാൾമാർക്ക്. ഇന്ത്യയിൽ ബ്യൂറോ ഓഫ് ഇന്ത്യൻ സ്റ്റാൻഡേർഡ് നിയമപ്രകാരം ബ്യൂറോ ഓഫ് ഇന്ത്യൻ സ്റ്റാൻഡേർഡ്സിനാണ് സ്വർണത്തിന് ഹാൾമാർക്ക് മുദ്ര നൽകാനുള്ള ചുമതല. ജ്വല്ലറികൾ അപേക്ഷിക്കുന്ന മുറയ്ക്ക് ബി ഐ എസിൻെറ ഹാൾമാർക്കിങ് സെന്ററുകൾ സ്വർണത്തിന്റെയും ആഭരണങ്ങളുടെയും ഗുണനിലവാരം പരിശോധിച്ച് ഹാൾമാർക്ക് മുദ്രയും സർട്ടിഫിക്കറ്റും നമ്പറും നൽകും.

താഴെപറയുന്ന അഞ്ച് ഘടകങ്ങളാണ് ഹാൾമാർക്ക് മുദ്രയിൽ ഉണ്ടാകുക.

1. ബി ഐ എസിന്റെ മുദ്ര.

2. നമ്പർ ഉദാ: 23 കാരറ്റിന് നമ്പർ 958, 22 കാരറ്റിന് 916, 21 കാരറ്റിന് 875, 18 കാരറ്റിന് 750)

3. ഹാൾമാർക്കിങ് സെന്ററിൻെറ മുദ്ര.

4. സ്വർണാഭരണം നിർമിച്ച വർഷത്തിന്റെ സൂചന. ഉദാ. 2000ന് എ, 2002ന് സി)

5. ജ്വല്ലറിയുടെ മുദ്ര

മുദ്രകളോ ലേസർ മേക്കിങ് മെഷീനുകളോ ഉപയോഗിച്ചാണ് ഹാൾമാർക്ക് മുദ്രണം ചെയ്യുന്നത്.

സഖാവ്

സഖാവ് എന്ന സംബോധനയുടെ തുടക്കം എങ്ങനെ? ഉദ്ദേശ്യം എന്ത്?

പത്തൊൻപതാം നൂറ്റാണ്ടിൽ രൂപംകൊണ്ട സോഷ്യലിസ്റ്റ് സംഘടനകളിലും തൊഴിലാളിവർഗ സംഘടനകളിലും പ്രവർത്തകർ പരസ്പരം സംബോധന ചെയ്തിരുന്നത് ബ്രദർ എന്നായിരുന്നു. 1871 ലെ പാരീസ് കമ്യൂണിന്റെ കാലമായപ്പോൾ സഹോദരനും സഹോദരിക്കും ലിംഗഭേദമില്ലാതെ പൊതുവെ ബാധകമായ ഒരു പദത്തിനുവേണ്ടിയുള്ള തെരച്ചിൽ തുടങ്ങി. 1889 ൽ ഫ്രഞ്ചു വിപ്ലവത്തിന്റെ ശതാബ്ദി ആഘോഷിക്കുന്ന അവസരത്തിൽ ഫ്രെഡറിക് എംഗൽസിന്റെ സാന്നിധ്യത്തിൽ രണ്ടാം ഇന്റർനാഷണലിലാണ് കോമ്രേഡ് എന്ന സംബോധനയുണ്ടായത്. സഖാവ് എന്ന പദത്തിന് ലിംഗഭേദമില്ലെന്നു മാത്രമല്ല സഹകരിച്ചു പ്രവർത്തിക്കുകയും സമരം ചെയ്യുകയും ചെയ്യുന്നവൻ എന്ന അർഥകൽപ്പനയുമുണ്ട്. സ്നേഹവും രക്തബന്ധവും സൂചിപ്പിക്കുന്നുണ്ടെങ്കിലും ബ്രദർ എന്ന വിളിയിൽ സമരവും സഹപ്രവർത്തനവും പ്രതിഫലിക്കുന്നില്ല.

ഇന്ത്യയിലെ ആദ്യത്തെ കമ്യൂണിസ്റ്റ് എന്നു പരിഗണിക്കപ്പെടുന്ന എം എൻ റോയ് ആണ് കോമ്രേഡ് എന്ന പദം ഇന്ത്യയിൽ ആദ്യമായി ഉപയോഗിച്ചത്. ഹിന്ദിയിൽ സാഥി എന്ന പദം പ്രയുക്തമാണെങ്കിലും പൊതുവെ ഇംഗ്ളീഷിലെ കോമ്രേഡ് തന്നെയാണ് സ്വീകാര്യം. തമിഴിൽ

ബഹുവചനപ്രത്യയം ചേർത്ത് തോഴർ എന്നു വിളിക്കുന്നു. ഇടതുപക്ഷക്കാരുടെയും കമ്യൂണിസ്റ്റുകാരുടെയും സോഷ്യലിസ്റ്റുകളുടെയും ഇടയിൽ ഇരുപതുകളിൽത്തന്നെ പ്രചാരത്തിലായിക്കഴിഞ്ഞ കോമ്രേഡ് സ്വാതന്ത്ര്യസമരസേനാനികൾക്കിടയിൽ സ്വീകാര്യമായത് കോൺഗ്രസ് യോഗങ്ങളിൽ നെഹ്റു ഈ സംബോധന ഉപയോഗിച്ചുതുടങ്ങിയതിൽപ്പിന്നെയാണ്.

കേരളത്തിൽ 1920 കളിൽ സഹോദരൻ അയ്യപ്പനും സ്വദേശാഭിമാനി രാമകൃഷ്ണപിള്ളയുടെ മകൾ ഗോമതിയമ്മയുടെ ഭർത്താവും ഇടതുപക്ഷ കോൺഗ്രസുകാരനുമായിരുന്ന എ കെ പിള്ളയും മറ്റുമാണ് കോമ്രേഡ് അഥവാ സഖാവ് എന്ന പദം ഉപയോഗിച്ചു തുടങ്ങിയത്. സംഘടിത സോഷ്യലിസ്റ്റ് പ്രസ്ഥാനവും ട്രേഡ് യൂണിയൻ പ്രസ്ഥാനവും ശക്തിപ്പെട്ടതോടെ സഖാവ് എന്ന പദപ്രയോഗവും സാർവത്രികമായി.

തപാൽ സ്റ്റാമ്പ്

ലോകത്തിലെ ആദ്യത്തെ തപാൽ സ്റ്റാമ്പിന്റെ പേര്?

'പെന്നി ബ്ലാക്ക്' എന്നറിയപ്പെട്ട പെന്നി പോസ്റ്റ് സ്റ്റാമ്പാണ് ലോകത്തിലെ ആദ്യത്തെ തപാൽ സ്റ്റാമ്പ്. 1840 മെയ് ആറിന് ബ്രിട്ടനിലാണ് ഈ സ്റ്റാമ്പ് പുറത്തിറക്കിയത്. വിക്ടോറിയ രാജ്ഞിയുടെ മുഖചിത്രം ആലേഖനം ചെയ്ത സ്റ്റാമ്പാണിത്.

X'MAS

ക്രിസ്മസ് എന്ന വാക്കിനെ X'MAS എന്ന് എഴുതുന്നതെന്തുകൊണ്ട്?

X'MAS എന്നത് ഗ്രീക്ക് ഭാഷയിലെ വാക്കാണ്. ഇതിലെ X ഗ്രീക്കിൽ Christ എന്നതിൻെറ ആദ്യ അക്ഷരമായ 'CHI' ആണ്.

പ്രാവ് ഒരു പ്രതീകം

എങ്ങനെയാണ് പ്രാവ് സമാധാനത്തിന്റെ പ്രതീകമായത്?

വിവിധ ജാതി പക്ഷികളിൽ മനുഷ്യർ ആദ്യമായി വളർത്തിത്തുടങ്ങിയത് കോഴിയെയും പ്രാവിനെയുമാണ്. സന്ദേശവാഹകനെന്ന പ്രാധാന്യം പ്രാവിനുണ്ട്. ജൂലിയസ് റോയിട്ടർ വാർത്താ ഏജൻസി ആരംഭിച്ചപ്പോൾ വാർത്ത സംവഹിക്കാൻ പ്രാവുകളെയാണ് ഉപയോഗിച്ചതത്രെ. ജലപ്രളയത്തിന്റെ നാളുകളിൽ വെള്ളം ഇറങ്ങിയോ എന്നറിയാൻ നോഹ പ്രാവിനെയാണ് നിയോഗിച്ചതെന്ന് വിശ്വാസം. കൊത്തിയെടുത്ത

ഒലിവിലയുമായി പ്രാവ് മടങ്ങിയെത്തി. ചുണ്ടിൽ ഒലിവിലയുമായി പറക്കുന്ന പ്രാവ് പ്രത്യാശയുടെ പ്രതീകമായിത്തീർന്നത് അങ്ങനെയാവാം. സമാധാനത്തിന്റെയും വിശ്വസ്തതയുടെയും സ്നേഹത്തിന്റെയും പ്രതീകമായാണ് *ബൈബിളിൽ* പലേടത്തും പ്രാവിനെ കണക്കാക്കിയിരിക്കുന്നത്.

നാനോ ടെക്നോളജി

എന്താണ് നാനോ ടെക്നോളജി? അതിന്റെ പ്രാധാന്യം വ്യക്തമാക്കാമോ?

ഒരു മീറ്ററിന്റെ നൂറുകോടിയിൽ ഒരംശം മാത്രം വലിപ്പമുള്ള (ഒരു നാനോമീറ്റർ/ 10^{-9} മീറ്റർ) വലിപ്പമുള്ള ഉപകരണങ്ങളുടെ സാങ്കേതിക ഉപയോഗവും വികസനവുമാണ് നാനോ ടെക്നോളജി എന്ന പദം കൊണ്ട് ഉദ്ദേശിക്കുന്നത്. ക്വാണ്ടം സിദ്ധാന്തമാണ് നാനോ ടെക്നോളജിയുടെ അടിസ്ഥാനം. കുറഞ്ഞ എണ്ണം ഇലക്ട്രോണുകളുടെ സ്വാഭാവികചലനവും പ്രവർത്തനവും വലിപ്പംകൂടിയ വസ്തുക്കളെക്കാൾ എളുപ്പത്തിൽ ഇത്തരം സാങ്കേതികത ഉപയോഗിക്കുന്ന വസ്തുക്കളെ പ്രവർത്തനക്ഷമമാക്കുമെന്നാണ് വിദഗ്ധരുടെ അഭിപ്രായം. ചികിത്സയിൽ മുതൽ ഉപഗ്രഹസാങ്കേതികവിദ്യയിൽവരെ വികസനത്തിന്റെ കുതിച്ചുചാട്ടത്തിന് ഈ സാങ്കേതികവിദ്യ സഹായിക്കും.

ശ്രീ വെങ്കിടേശ്വര സുപ്രഭാതം

ശ്രീ വെങ്കിടേശ്വര സുപ്രഭാതത്തിന്റെ രചയിതാവാരാണ്?

പതിനാറാം നൂറ്റാണ്ടിൽ ജീവിച്ചിരുന്ന 'പ്രതിവാദി ഭയങ്കരം അണ്ണങ്കരാചാര്യ'യാണ് *ശ്രീ വെങ്കിടേശ്വര സുപ്രഭാതത്തിന്റെ* രചയിതാവ്. തിരുപ്പതിയിൽ ദീർഘകാലം താമസിച്ച അദ്ദേഹം നയന വരദാചാര്യയുടെശിഷ്യനായിരുന്നു. തിരുപ്പതിയിലെ ശ്രീ വെങ്കിടേശ്വര ക്ഷേത്രത്തിൽ പുലർച്ചെ പാടാനുള്ള പ്രാർത്ഥനയായാണ് ഇത് എഴുതപ്പെട്ടത്.

ടോം ആൻഡ് ജെറി

ടോം ആൻഡ് ജെറി കാർട്ടൂണിന്റെ സ്രഷ്ടാവാരാണ്?

പ്രശസ്ത ആനിമേറ്റർമാരായ വില്യം ഹന്നയും ജോസഫ് ബാർബെറയും ചേർന്നാണ് 1940 ൽ ടോം ആൻഡ് ജെറി കാർട്ടൂണുകൾ രൂപകൽപ്പന ചെയ്തത്.

ടൈറ്റാനിക്

ലോകത്തിലെ ആദ്യത്തെ ഏറ്റവും വലിയ കപ്പലായിരുന്ന ടൈറ്റാനിക്കിന്റെ നിർമാതാക്കൾ ആരായിരുന്നു?

വലിപ്പംകൊണ്ടു മാത്രമല്ല പ്രവർത്തനവും സൗകര്യങ്ങളുംകൊണ്ടും ലോകത്തെ ഒന്നാമത്തെ കപ്പലുകളിലൊന്നായ ടൈറ്റാനിക് ബ്രി

ടൈറ്റാനിക്

ട്ടനിലെ വൈറ്റ് ആൻഡ് വോൾഡ് കപ്പൽശാലയിലാണ് നിർമിച്ചത്. 1912 ഏപ്രിൽ 10ന് കന്നിയാത്ര തുടങ്ങി, തുടർന്ന് ദുരന്തവും.

നോർത്ത് അത്‌ലാന്റിക് സമുദ്രത്തിൽ ഏപ്രിൽ 14നു രാത്രി 11.40ന് ഐസ്ബർഗിൽ തട്ടി മുങ്ങിത്തുടങ്ങിയ കപ്പൽ 15ന് 2.20 ആയപ്പോഴേക്കും പൂർണമായി മുങ്ങി.

2223 യാത്രക്കാരുമായി ന്യൂയോർക്കിലേക്കായിരുന്നു കന്നിയാത്ര. അത്യാധുനിക സാങ്കേതികവിദ്യകളുപയോഗിച്ചു നിർമിച്ച കപ്പലായിരുന്നു. അയർലന്റിലെ ക്വീൻസ്റ്റോൺ തുറമുഖത്തുനിന്ന് അവസാനയാത്രക്കാരെയും കയറ്റി 20.5 നോട്ടിക്കൽ മൈൽ വേഗത്തിലായിരുന്നു കപ്പൽ. 1513 യാത്രക്കാരുടെ ജീവൻ ദുരന്തത്തിൽ അപഹരിക്കപ്പെട്ടു. 1985-ൽ ഡോ: റോബർട്ട് ബല്ലാർഡ് എന്ന ഓഷ്യനോഗ്രാഫർ ടൈറ്റാനിക്കിൻെറ അവശിഷ്ടങ്ങൾ കണ്ടെത്തിയതോടെ ടൈറ്റാനിക് വീണ്ടും വാർത്തയായി. ഈ സംഭവത്തെ ആധാരമാക്കി ജെയിംസ് കാമറൂൺ സംവിധാനം ചെയ്ത 'ടൈറ്റാനിക്' എന്ന സിനിമ ഏഴ് ഓസ്കാർ അവാർഡുകൾ നേടി.

മഹാത്മാഗാന്ധിയുടെ മക്കൾ

മഹാത്മാഗാന്ധിയുടെ മക്കളെക്കുറിച്ചുള്ള വിവരങ്ങൾ അറിയാൻ താൽപ്പര്യമുണ്ട്. എത്രപേർ? അവർ ആരെല്ലാം? ഇപ്പോൾ ജീവിച്ചിരിപ്പുണ്ടോ?

മഹാത്മാഗാന്ധി-കസ്തൂർബ ഗാന്ധി ദമ്പതികൾക്ക് നാല് ആൺ മക്കളാണ്. അവരാരും ജീവിച്ചിരിപ്പില്ല. ഇന്ത്യയിൽ ജനിച്ച ഹരിലാൽ (1888-1948), മണിലാൽ (1892-1956), ദക്ഷിണാഫ്രിക്കയിൽ വെച്ച് ജനിച്ച

കസ്തൂർബഗാന്ധി മക്കളോടൊപ്പം ദക്ഷിണാഫ്രിക്കയിൽ.1902ലെ ചിത്രം

രാംദാസ്(1897–1969), ദേവദാസ് (1900–1957) എന്നിവരാണ് മക്കൾ.

ഗാന്ധിജിക്ക് പതിമൂന്ന് ചെറുമക്കളുമുണ്ട്. ഹരിലാലിന് നാലും മണിലാലിന് മൂന്നും രാംദാസിന് രണ്ടും ദേവദാസിന് നാലും മക്കളാണുണ്ടായത്.

തീവണ്ടിയുടെ ചിഹ്നം

തീവണ്ടിയുടെ അവസാനത്തെ ബോഗിയിൽ വരച്ചിരിക്കുന്ന ചിഹ്നം എന്തിനെയാണ് സൂചിപ്പിക്കുന്നത്?

അവസാന ബോഗിയാണെന്നു സൂചിപ്പിക്കുന്നതിനുള്ള ചിഹ്നമാണ് ഇത്. രാത്രിയിലും തിളങ്ങുന്ന മഞ്ഞ നിറത്തിലാണ് ചിഹ്നം വരയ്ക്കുന്നത്. സിഗ്നൽപിഴവുമൂലം ഒരേ ലൈനിൽ വരാനിടയാകുന്ന ട്രെയിനിന്റെ ഡ്രൈവർക്ക്, മുന്നിൽ ഒരു ട്രെയിൻ ഉണ്ടെന്ന് മനസിലാക്കാൻകൂടി അവസാന ബോഗിയിലെ ചിഹ്നം ഉതകുമല്ലോ. അങ്ങനെ ട്രെയിൻ നിർത്തി അപകടം ഒഴിവാക്കാൻ കഴിയും.

RX

ഡോക്ടർമാരുടെ മരുന്നുകുറിപ്പുകളിൽ കാണുന്ന RX ന്റെ അർഥമെന്താണ്?

RX ന്റെ അർഥം പ്രിസ്ക്രിപ്ഷൻ (Prescription) എന്നാണ്. Recipe (കുറിപ്പ്) എന്നർഥമുള്ള ലാറ്റിൻ വാക്കിന്റെ ചുരുക്കമാണ് RX എന്ന് മെഡിക്കൽ ഡിക്ഷ്ണറിയിൽ പറയുന്നു. ഹോറസിന്റെ കണ്ണാണെന്നും ജൂപ്പിറ്റർദേവന്റെ ആദ്യകാല ചിഹ്നമാണെന്നും ഗ്രീക്ക് പുരാണം പറയുന്നു.

വിഡ്ഢിദിനം

ഏപ്രിൽ ഒന്ന് വിഡ്ഢിദിനമായി അറിയപ്പെടാൻ കാരണം?

ഏപ്രിൽ ഒന്ന് വിഡ്ഢിദിനമായി ആഘോഷിക്കുന്നതിന് ഓരോ ഭൂഖണ്ഡത്തിലും വ്യത്യസ്തമായ ചരിത്രം പറയാറുണ്ടെങ്കിലും ഫ്രാൻസുമായി ബന്ധപ്പെട്ട ചരിത്രത്തിനാണ് ഏറെ പ്രചാരം. പരിഷ്കരിച്ച കലണ്ടർ അംഗീകരിക്കുന്നതിനുമുമ്പ് ഏപ്രിൽ ഒന്ന് ആയിരുന്നു അവിടെ പുതുവത്സരദിനം. 1564 ൽ ഫ്രാൻസ് പരിഷ്കരിച്ച കലണ്ടർ അംഗീകരിച്ചെങ്കിലും കുറച്ചുവർഷങ്ങൾ പലരും മാറ്റം അറിയാതെയോ അറിഞ്ഞവരിൽതന്നെ ചിലർ അതംഗീകരിക്കാതെയോ പഴയപോലെ ഏപ്രിൽ ഒന്ന് പുതുവത്സരദിനമായി ആഘോഷിച്ചുപോന്നു. ഇങ്ങനെയുള്ളവരെ മാറ്റം അംഗീകരിച്ച ഭൂരിപക്ഷം വിഡ്ഢികളായി പരിഹസിച്ചിരുന്നു. അവരെ പലതും പറഞ്ഞ് തെറ്റിദ്ധരിപ്പിക്കാനും ശ്രമിച്ചിരുന്നു. ഈ രീതിയാണ് പിന്നീട് ഏപ്രിൽ ഒന്ന് വിഡ്ഢിദിനമായി ആഘോഷിക്കാനും മറ്റുള്ളവരെ പലതും പറഞ്ഞ് തെറ്റിദ്ധരിപ്പിക്കാനും ശ്രമിക്കുന്നതിന്റെ ചരിത്രം.

കസബ പൊലീസ് സ്റ്റേഷൻ

കസബ പൊലീസ് സ്റ്റേഷൻ എന്നാൽ എന്ത്?

'കസബ' (കസ്ബ എന്നും എഴുതും) അറബിഭാഷയിൽനിന്ന് വിവിധ ഭാഷകളിലേക്കെത്തിയ വാക്കാണ് നഗരഹൃദയം. ആയുധങ്ങൾ സൂക്ഷിക്കുന്ന കോട്ട എന്നൊക്കെ അർഥം. നഗരത്തിൽ പ്രവർത്തിക്കുന്ന പൊലീസ് സ്റ്റേഷനെയാണ് കസ്ബ പൊലീസ് സ്റ്റേഷൻ എന്നു പറയുന്നത്.

ടെൻസിങ് നോർഗെ

എവറസ്റ്റ് കൊടുമുടി കീഴടക്കിയ ആദ്യ ഇന്ത്യക്കാരനായി അറിയപ്പെടുന്ന ടെൻസിങ് നോർഗെ നേപ്പാളുകാരനായിരുന്നോ?

എഡ്മണ്ട് ഹിലാരിയോടൊപ്പം എവറസ്റ്റ് കൊടുമുടി കീഴടക്കിയ ടെൻസിങ് നോർഗെ നേപ്പാളിലെ സാചൂവിൽ ഷെർപാ കുടുംബത്തിലാണ് ജനിച്ചത്. പർവതാരോഹണത്തിൽ തൽപ്പരനായിരുന്ന ടെൻ സിങ് ചെറുപ്പത്തിൽ തന്നെ ബംഗാളിലെ ഡാർജിലിങ്ങിലേക്കു വന്നു. അവിടെ വച്ച് 1935 ൽ എവറസ്റ്റ് പർവതാരോഹകസംഘത്തിൽ അംഗമായി. 1953 മെയ്

ഹിലാരിയും ടെൻസിങ്ങും

29ന് ആദ്യമായി എവറസ്റ്റ് കൊടുമുടിക്കു മുകളിൽ കാലുകുത്തി. പിന്നീട് ഡാർജിലിങ്ങിൽ ഹിമാലയൻ പർവതാരോഹക ഇൻസ്റ്റിറ്റ്യൂട്ടിന്റെ ഡയറക്ടറായും പ്രവർത്തിച്ചു.

സന്തോഷ് ട്രോഫി

സന്തോഷ് ട്രോഫിക്ക് ആ പേരു വരാൻ കാരണം?

ഇന്ത്യയിലെ നാട്ടുരാജ്യമായിരുന്ന 'സന്തോഷി'ലെ (ഇന്നത്തെ ബംഗ്ലാദേശിൽ) സർ മന്മഥനാഥ് റായ് ചൗധരി എന്ന രാജാവ് ഇന്ത്യൻ ഫുട്ബോളിന്റെ വളർച്ചയ്ക്ക് കാര്യമായ സംഭാവന നൽകിയിരുന്നു. കൊൽക്കത്ത ആസ്ഥാനമായി രൂപംകൊണ്ട ഇന്ത്യൻ ഫുട്ബോൾ അസോസിയേഷന്റെ ആദ്യ പ്രസിഡണ്ടായിരുന്നു അദ്ദേഹം. 1941–ൽ പ്രഥമ ദേശീയ ഫുട്ബോൾ ചാമ്പ്യൻഷിപ്പിന് കൊൽക്കത്ത ആതിഥ്യം വഹിച്ചപ്പോൾ സന്തോഷിലെ ഈ മഹാരാജാവിൻെറ പേരിലുള്ള ട്രോഫിയാണ് ജേതാക്കൾക്ക് സമ്മാനമായി നൽകിയത്. സന്തോഷിലെ രാജാവിന്റെ സ്മരണയ്ക്കാണ് പിന്നീട് ഈ ഫുട്ബോൾ മേളയ്ക്ക് 'സന്തോഷ് ട്രോഫി' എന്ന പേരുവന്നത്.

മൺസൂൺ

മൺസൂൺ എന്ന വാക്കിന്റെ അർഥം?

മൺസൂൺ എന്ന വാക്കിന്റെ ഉത്ഭവം 'മൗസം' എന്ന അറബി വാക്കിൽനിന്നാണ്. സീസൺ എന്നാണ് മൗസത്തിന്റെ അർഥം. ഇന്ത്യൻ മഹാസമുദ്രത്തിലൂടെ യാത്രചെയ്ത ഗ്രീക്ക് സഞ്ചാരി ഹിഷോലസാണ് മൺസൂൺ എന്ന വാക്ക് ആദ്യമായി പ്രയോഗിച്ചതെന്നും കരുതുന്നു. ഇപ്പോൾ മൺസൂൺ കാറ്റ് എന്ന അർഥത്തിലാണ് പ്രയോഗിച്ചുവരുന്നത്.

ബ്ലോഗിങ്

എന്താണ് ബ്ലോഗിങ് (വെബ് ബ്ലോഗിങ്)?

ബ്ലോഗോക്രാറ്റുകളുടെ പ്രസക്തി?

അനായാസമായി സൈബർ സ്പേസിൽ ഇടം കണ്ടെത്താനുള്ള മാർഗമാണ് വെബ് ലോഗ്. ഇതിന്റെ ചുരുക്കപ്പേരാണ് ബ്ലോഗ്. ലളിതമായൊരു വെബ്സൈറ്റാണിത്. ഡയറിപോലെ വിവരങ്ങൾ ഓൺലൈനായി ഒറ്റ പേജിൽ രേഖപ്പെടുത്തുകയും അതെഴുതുന്ന സമയത്തിന്റെ ക്രമത്തിൽ (അവസാനം എഴുതുന്നത് മുകളിൽ) ക്രമീകരിച്ചിരിക്കുകയും ചെയ്യുന്നു. സാധാരണ വെബ്സൈറ്റുകളിൽ ഒരു ഹോംപേജിനെ മറ്റനേകം ഉപപേജുകളുമായി ബന്ധിപ്പിക്കും. എന്നാൽ ബ്ലോഗുകളിൽ ഒരു പ്രധാന പേജ് മാത്രമേ കാണാനാകൂ. അഞ്ചുവർഷം മുമ്പ് തുടങ്ങിയതാണ് ബ്ലോഗിങ്. ഇന്ന് 48 ലക്ഷം ബ്ലോഗുകൾ ഉണ്ട്. ഇറാഖ് അധിനിവേശത്തിന്റെ പല കഥകളും പുറത്തുവന്നത് ബ്ലോഗുകളിലൂടെയായിരു

ന്നു. സൗഹൃദസംഭാഷണങ്ങൾക്ക്, രാഷ്ട്രീയപ്രചാരണങ്ങൾക്ക്, സാങ്കേതിക–സാമൂഹിക വിഷയങ്ങളുടെ പ്രചാരണത്തിന് എന്നിവയ്ക്കൊക്കെ ബ്ലോഗ് ഒരു പ്രധാന മാധ്യമമാണ്.

കൂടുതൽ വിവരങ്ങൾ
www.blogger.com ൽനിന്ന് അറിയാം.

ഹൃദയം മാറ്റിവയ്ക്കൽ

എന്താണ് ഹൃദയം മാറ്റിവയ്ക്കൽ ശസ്ത്രക്രിയ. ഇന്ത്യയിൽ ആദ്യത്തെ ഹൃദയം മാറ്റിവയ്ക്കൽ ശസ്ത്രക്രിയ എവിടെയാണ് നടന്നത്?

ശരീരത്തിന്റെ മറ്റു ഭാഗങ്ങളുടെ പ്രവർത്തനം പൂർണമായി നിലച്ച രോഗികളിൽനിന്ന് ഹൃദയത്തിന്റെ പ്രവർത്തനം നിലയ്ക്കുംമുമ്പ് അതെടുത്തു മാറ്റി മറ്റൊരു രോഗിയുടെ ശരീരത്തിൽ സ്ഥാപിക്കുന്ന പ്രക്രിയയാണ് ഹൃദയം മാറ്റിവയ്ക്കൽ ശസ്ത്രക്രിയ. ദില്ലിയിലെ ഓൾ ഇന്ത്യ ഇൻസ്റ്റിറ്റ്യൂട്ട് ഓഫ് മെഡിക്കൽ സയൻസസിൽ 1996ൽ ഇന്ത്യയിലെ ആദ്യ ഹൃദയം മാറ്റിവയ്ക്കൽ ശസ്ത്രക്രിയ നടന്നു.

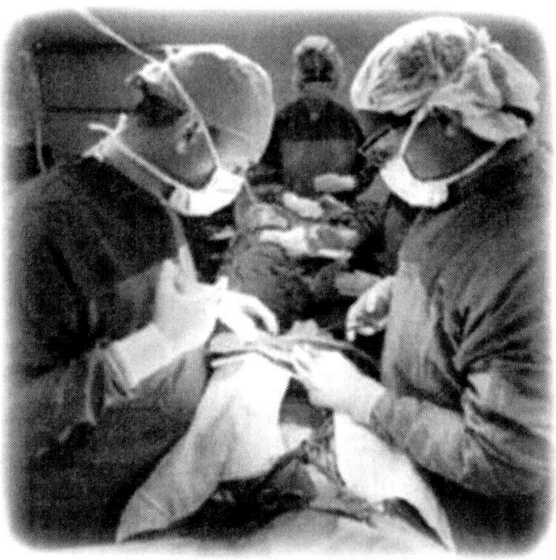

ലോകത്ത് ആദ്യമായി നടന്നത് 1967 ഡിസംബർ മൂന്നിന് ദക്ഷിണാഫ്രിക്കയിലാണ്– ഡോ. ക്രിസ്ത്യൻ ബർണാഡിന്റെ നേതൃത്വത്തിൽ. കേരളത്തിൽ ഇത്തരം ആദ്യശസ്ത്രക്രിയ 2003 മെയ് 13 ന് എറണാകുളം മെഡിക്കൽ ട്രസ്റ്റിൽ ഡോ. ജോസ് ചാക്കോ പെരിയപ്പുറത്തിൻെറ നേതൃത്വത്തിൽ നടന്നു.

ഹാട്രിക്

'ഹാട്രിക്' എന്ന വാക്കിൻെറ ഉത്ഭവം എങ്ങനെയാണ്?

ക്രിക്കറ്റിൽനിന്നാണ് ഹാട്രിക്ക് (Hat trick) എന്ന വാക്കിൻെറ ഉത്ഭവം. ബൗളിങ്ങിൽ അടുത്തടുത്ത മൂന്നു പന്തുകളിലോരോന്നിലും വിക്കറ്റ് എടുക്കുന്ന ബൗളറെ തന്റെ ക്ലബിൽനിന്ന് ഒരു തൊപ്പി (hat) നൽകി ആദരിക്കാറുണ്ട്. ഈ കീഴ്‌വഴക്കം 1877 മുതൽ ഹാറ്റ് ട്രിക്ക് (hat trick) എന്നറിയപ്പെടുന്നു. പിന്നീട് മൂന്നുതവണ തുടർച്ചയായുള്ള വിജയങ്ങൾക്കും മൂന്നു ഗോളുകൾ തുടർച്ചയായി നേടുന്നതിന് ഫുട്ബോ

ളിലും ഹാട്രിക് എന്ന വാക്ക് ഉപയോഗിച്ചുപോന്നു. 1970 കൾക്കുശേഷമാണ് മറ്റു മേഖലകളിലും ഹാട്രിക് എന്ന പദം ഉപയോഗിച്ചുതുടങ്ങിയത്.

കാറ്റുകൾക്ക് പേരിടുന്നതാര്?

കാറ്റുകൾക്ക് ഡെന്നീസ്, കത്രീന എന്നൊക്കെ പേരിടുന്നത് ആരാണ്?

കാറ്റുകൾക്കു പേരിടുന്ന കൗതുകത്തിന് കാറ്റുകളോളം പഴക്കമുണ്ടെങ്കിലും ഇന്ന് ലോക കാലാവസ്ഥാ സംഘടനയ്ക്കു (WMO-) കീഴിലുള്ള റീജണൽ കമ്മിറ്റികൾ വളരെ വിപുലമായ സംവിധാനമാണ് ഇതിനു തയാറാക്കിയിരിക്കുന്നത്. 2004 മുതൽ 2009 വരെയുള്ള പേരുകളാണ് ഇപ്പോൾ നിലവിലുള്ളത്.

ആദ്യകാലങ്ങളിൽ ലോകവ്യാപകമായിത്തന്നെ വ്യത്യസ്ത സമ്പ്രദായങ്ങളാണ് ചുഴലിക്കാറ്റിനു പേരിടാൻ ഉപയോഗിച്ചിരുന്നത്. വെസ്റ്റ് ഇൻഡീസിൽ ഏതു പുണ്യവാളന്റെ അനുസ്മരണ ദിനത്തിനു ശേഷമാണോ കാറ്റു വരുന്നത് ആ പുണ്യവാളന്റെ പേര് കാറ്റിനിടുക എന്ന പതിവായിരുന്നു. എന്നാൽ 1941ൽ ജോർജ് ഡബ്ല്യു സ്റ്റെവർട്ടിന്റെ നോവൽ *സ്റ്റോം* പുറത്തിറങ്ങിയപ്പോൾ അതിൽ കാറ്റിന് സ്ത്രീയുടെ പേരിട്ടതോടെ ഈ സമ്പ്രദായം പ്രചരിക്കപ്പെട്ടു. 1953 മുതൽ അമേരിക്കയിൽ ഇംഗ്ലീഷ് അക്ഷരമാല ക്രമത്തിൽ Able, Bakel, Charli എന്നിങ്ങനെ സ്ത്രീകളുടെ പേരിട്ടുതുടങ്ങി. 1979 മുതലാണ് ഈ പതിവിനു മാറ്റം വന്നത്. പിന്നീട് പുരുഷ, വനിത പേരുകൾ മാറിമാറി ഉപയോഗിച്ചുതുടങ്ങി.

ഇപ്പോൾ ഐക്യരാഷ്ട്ര സംഘടനയ്ക്കു കീഴിലുള്ള ലോക കാലാവസ്ഥാ സംഘടനയുടെ മാനദണ്ഡപ്രകാരമാണ് വിവിധ ഭൂഖണ്ഡങ്ങളിലെ റീജണൽ കമ്മിറ്റികൾ ഇങ്ങനെ പേരിടുന്നത്. അറ്റ്ലാന്റിക്, മധ്യ, കിഴക്കൻ പസഫിക് മേഖലയിലെ കാറ്റുകളുടെ പേരിടുന്നത് ഐ വി ഹരികേൻ കമ്മിറ്റിയാണ്. വടക്കൻ പസഫിക് മേഖലയിലേത് ഹോണോലുലുവിലെ സെൻട്രൽ പസഫിക് ഹരികേൻ സെന്ററാണ്. പടിഞ്ഞാറു വടക്കൻ മേഖലയിലേത് ഡബ്ല്യു എം ഒ ട്രോപ്പിക്കൽ കമ്മിറ്റിയാണ്. ആസ്ട്രേലിയയിൽ ആസ്ട്രേലിയൻ ബ്യൂറോ ഓഫ് മെറ്റിയറോളജിയാണ് പേരിടൽ നടത്തുന്നത്. ഇന്ത്യൻ മഹാസമുദ്രത്തിലെ കാറ്റുകൾക്കു പേരിടുന്നത് ദി സിഷെൽസ് മെറ്റീയറോളജിക്കൽ സർവീസാണ്. ഫിജിക്കും പാപാ ന്യൂ ഗിനിക്കും പ്രത്യേക പേരിടൽ സംവിധാനമുണ്ട്.

2004–ൽ ഉപയോഗിച്ച പേരുകൾ 2010 ലും 2005 ലേത് 2011 ലും ഉപയോഗിക്കും. ഓരോ വർഷത്തേക്കും തയാറാക്കുന്ന പേരുകളിൽ ഒന്നിടവിട്ട് സ്ത്രീ, പുരുഷ പേരുകളായിരിക്കും. എന്നാൽ ഓരോ വർഷത്തെയും കാറ്റുകൾക്കായി തയാറാക്കിയ പേരുകളിൽ വൻ നാശം വിതച്ച കാറ്റുകളുടെ പേരുകൾ പിന്നീട് ഉപയോഗിക്കാനുള്ള പട്ടികയിൽനിന്നൊഴിവാക്കും. പുരുഷനാമമാണെങ്കിൽ പകരം പുരുഷനാമവും സ്ത്രീ നാമമാണെങ്കിൽ പകരം അതും നൽകുന്നു. ദുരന്ത സ്മരണകളുള്ള പേരുകൾ ഒഴിവാക്കാനാണിത്.

രക്തഗ്രൂപ്പും ബോംബെ ഗ്രൂപ്പും

രക്തഗ്രൂപ്പ് കണ്ടുപിടിച്ചത് ആരാണ്? രക്തത്തിലെ ബോംബെ ഗ്രൂപ്പ് എന്താണ്?

രക്തഗ്രൂപ്പ് കണ്ടുപിടിച്ചത് കാൾ ലാൻഡ് സ്റ്റെയിനർ എന്ന ശാസ്ത്രജ്ഞനാണ്. സാധാരണ രക്തഗ്രൂപ്പുകൾ എ, ബി, എബി, ഒ എന്നിവയാണല്ലോ. ഇവയുടെ നെഗറ്റീവും പോസിറ്റീവും ഉണ്ടായിരിക്കും. പരിശോധനയിൽ ഓരോ രക്തഗ്രൂപ്പിലും അടങ്ങിയിരിക്കുന്ന ആന്റിജനും ആന്റിബോഡിയും അറിഞ്ഞശേഷമേ രക്തം സന്നിവേശിപ്പിക്കുകയുള്ളൂ.

എ രക്തഗ്രൂപ്പിൽപ്പെട്ട വ്യക്തിയുടെ രക്തത്തിൽ എ, എച്ച് എന്നീ ആന്റിജനുകളും ബി ആന്റിബോഡിയും ഉണ്ടായിരിക്കും. ബി ഗ്രൂപ്പ് വ്യക്തിയുടെ രക്തത്തിൽ ബി, എച്ച് ആന്റിജനുകളും എ ആന്റി ബോഡിയും.

എബി ഗ്രൂപ്പ് വ്യക്തിയുടെ രക്തത്തിൽ എ, ബി, എച്ച് ആന്റിജനുകൾ മാത്രം. ആന്റിബോഡി ഒന്നും ഉണ്ടാകില്ല.

ഒ ഗ്രൂപ്പ് വ്യക്തിയുടെ രക്തത്തിൽ എച്ച് ആന്റിജനും എ, ബി ആന്റിബോഡിയും. ജനിച്ച് 4–6 മാസത്തിനുള്ളിൽത്തന്നെ ആന്റിബോഡികൾ ഉണ്ടായിത്തുടങ്ങും. എന്നാൽ ചില വ്യക്തികളിൽ എച്ച് ജീനിന്റെ അഭാവത്താൽ എച്ച് ആന്റിജൻ ഉണ്ടാകുന്നില്ല. ഇത്തരക്കാരിൽ എ, ബി ജീനുകൾ ഉണ്ടെങ്കിൽപ്പോലും എ, ബി ആന്റിജനുകൾ ഉണ്ടാക്കാൻ കഴിയുകയില്ല. രക്തഗ്രൂപ്പ് നിർണയത്തിൽ ഇവരെയും ഒഗ്രൂപ്പിൽപ്പെടുത്തുന്നു. എന്നാൽ ഇവരിൽ എ, ബി ആന്റിബോഡിയോടൊപ്പം എച്ച് ആന്റിബോഡിയും ഉണ്ടായിരിക്കും. അത്യപൂർവമായ ഈ രക്തഗ്രൂപ്പ് കണ്ടുപിടിച്ചത് മുംബൈ(അന്ന് ബോംബെ)യിലെ ഡോ. ബെൻഡെയാണ്. അതാണ് ഈ ഗ്രൂപ്പിനെ ബോംബെ ഗ്രൂപ്പ് എന്നു വിളിക്കുന്നത്.

ആദ്യ ടെസ്റ്റ്ട്യൂബ് ശിശു

ലോകത്തിലെ ആദ്യത്തെ ടെസ്റ്റ്ട്യൂബ് ശിശു ആരാണ്? ഏതുവർഷമാണ് ജനിച്ചത്?

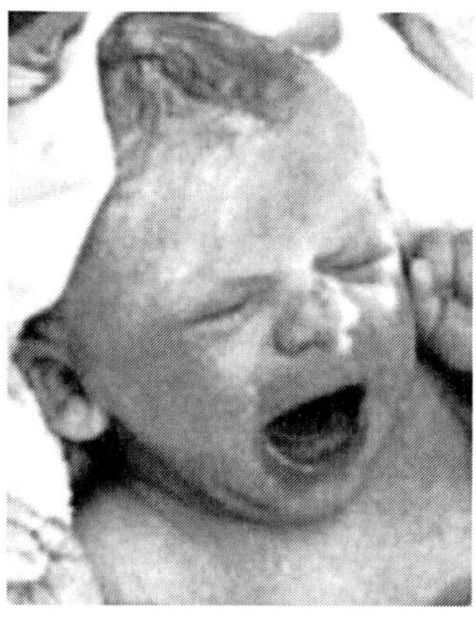

1978 ജൂലൈ 25ന് ഇംഗ്ലണ്ടിലെ ജനറൽ ആശുപത്രിയിൽ ജനിച്ച പെൺകുട്ടി ലൂയിസ് ജോസ് ബ്രൗണാണ് ലോകത്തിലെ ആദ്യ ടെസ്റ്റ്ട്യൂബ് ശിശു. 2006 ജൂലൈ 25ന് ലൂയിസ് ബ്രൗണിന് 28 വയസ്സ് പൂർത്തിയായി. ഇൻവിട്രോ ഫെർട്ടിലൈസേഷൻ (ഐവിഎഫ്) എന്ന ആധുനിക മെഡിക്കൽ സംവിധാനത്തിലൂടെ ആദ്യമായി ജനിച്ച കുട്ടിയാണ് ലൂയിസ് ബ്രൗൺ. ലൂയിസ്

ബ്രൗണിന്റെ വിവാഹവും ഗർഭധാരണവുമെല്ലാം വാർത്തയായിരുന്നു. ഇന്ത്യയിലെ ആദ്യത്തെ ടെസ്റ്റ്ട്യൂബ് ശിശു 1978 ഒക്ടോബർ 3ന് കൊൽക്കത്തയിൽ ജനിച്ചു. കേരളത്തിലെ ആദ്യത്തെ ടെസ്റ്റ്ട്യൂബ് ശിശു 1997 മെയിൽ ജനിച്ചു.

വലിയ ജില്ല

കേരളത്തിലെ വലിയ ജില്ല ഏതാണ്? ചില പുസ്തകങ്ങളിൽ പാലക്കാടും ചിലതിൽ ഇടുക്കിയുമാണ്. ഏതാണ് ശരി?

ഇപ്പോൾ പാലക്കാടാണ് വലിയ ജില്ല. ആദ്യം ഇടുക്കിയായിരുന്നു. 5019 ച കിലോമീറ്ററായിരുന്നു അന്ന് ഭൂവിസ്തൃതി. എന്നാൽ ഇടുക്കിയിലെ കുട്ടമ്പുഴ എറണാകുളം ജില്ലയിലേക്കു ചേർത്തപ്പോൾ 543.07 ച. കിലോമീറ്റർ ഇടുക്കിയുടെ വിസ്തീർണത്തിൽ കുറഞ്ഞു. അതായത് 4476 ച കി മീറ്റർ. അപ്പോൾ 4480 ച കി മീറ്ററുള്ള പാലക്കാടായി വലിയ ജില്ല.

സുനാമി

സുനാമിയെക്കുറിച്ച് കൂടുതൽ അറിയാനുള്ള വെബ്സൈറ്റുകൾ ഏതൊക്കെയാണ്? ഉൾക്കടലിൽ സുനാമി ദുരിതം വിതയ്ക്കാറില്ലേ?

കടലിലുണ്ടാകുന്ന ഭൂകമ്പത്തെ തുടർന്ന് കടലിന്റെ അടിത്തട്ടിൽ നിന്ന് തിരമാലകൾ അതിശക്തിയായി തീരത്തേക്കു നീങ്ങുന്ന പ്രതിഭാസമാണ് സുനാമി (Tsunami). ജപ്പാൻ, ചൈന, കാലിഫോർണിയ തുടങ്ങിയ രാജ്യങ്ങളിലാണല്ലോ ഇത് വ്യാപകമായി കാണുന്നത്. സുനാമി എന്ന വാക്ക് ജപ്പാനിൽനിന്നാണ്. www. prh. noaa. gov/itic, www. tsunami.org, www. pmel. noaa.gov/tsunami, www. geo phys. washington.edu/tsunami /http://nctr.pmel.nova.gov തുടങ്ങിയവയാണ് സുനാമിയെക്കുറിച്ച് കൂടുതൽ അറിയാനുള്ള വെബ്സൈറ്റ്.

കടൽഭൂകമ്പം ഉൾക്കടലിൽ കാര്യമായ പ്രത്യാഘാതമുണ്ടാക്കാറില്ല. കടൽജീവികൾക്കോ ഭൂകമ്പകേന്ദ്രത്തിനടുത്തുകൂടി പോകുന്ന കപ്പലുകൾക്കുപോലുമോ അപകടമുണ്ടാക്കാറില്ല. കടലിനടിത്തട്ടിലാണ് ഭൂക

മ്പമുണ്ടാകുന്നത് എന്നതിനാൽ കമ്പനത്തിന്റെ അംശത്തെ അടിത്തട്ടിലെ ജലകണികകൾ ഏറ്റെടുക്കുന്നതുകൊണ്ടാണിത്.

എകെ 47

എകെ 47ന്റെ രൂപമെന്താണ്? എകെ 47 കണ്ടുപിടിച്ചതാരാണ്? എന്തിനെ സൂചിപ്പിക്കുന്നു?

ഓട്ടോമാറ്റ് കലാഷ്നികോവ 47 (Automat kalashnikova) എന്നതിന്റെ ചുരുക്കമാണ് എകെ 47. റഷ്യൻ ഗൺ ഡിസൈനർ മിഖയിൽ ടിമോഫീമിച്ച് കലാഷ്നിക്കോവ് 1947 ലാണ് ഇതു കണ്ടുപിടിച്ചത്.

ഹാരി പോട്ടറിനു പിന്നിൽ

ഹാരി പോട്ടർ എഴുതിയതാരാണ്?

ബാലമാന്ത്രികൻ ഹാരി പോട്ടറുടെ അത്ഭുതകഥകൾ ഇന്ന് ലോകമെങ്ങും ഏറ്റവുമധികം വായിക്കപ്പെടുന്ന നോവൽ പരമ്പരയാണ്. സ്കോട്ട്ലാന്റുകാരി ജോവാൻ കാത്‌ലീൻ റോളിങ് എന്ന ജെ കെ റോളിങ്ങിനെ പ്രശസ്തിയുടെ കൊടുമുടിയിലെത്തിച്ച *ഹാരി പോട്ടർ* പരമ്പരയിൽ ഇതിനകം ആറ് നോവലുകൾ പുറത്തിറങ്ങിക്കഴിഞ്ഞു. 1997–ൽ പുറത്തിറങ്ങിയ *ഹാരിപോട്ടർ ആൻഡ് ദി ഫിലോസഫേഴ്സ് സ്റ്റോൺ* ആണ് ആദ്യത്തേത്. *ഹാരിപോട്ടർ ആൻഡ് ദി ചേമ്പർ ഓഫ് സ്ക്രട്ട്സ്, ഹാരിപോട്ടർ ആൻഡ് ദി പ്രിസണർ ഓഫ് അസ്കബാൽ, ഹാരിപോട്ടർ ആൻഡ് ദി ഗോബ്ലറ്റ് ഓഫ് ഫയർ, ഹാരി പോട്ടർ ആൻഡ് ദി ഓർഡർ ഓഫ് ഫീനിക്സ്, ഹാരിപോട്ടർ ആൻഡ് ദി ഹാഫ് ബ്ലഡ് പ്രിൻസ്* എന്നിവയാണ് പരമ്പരയിലെ മറ്റുപുസ്തകങ്ങൾ. ഏഴാമത്തേതും പരമ്പരയിലെ അവസാനത്തേതുമായ 'ഹാരിപോർട്ടർ ആന്റ് ഡെത്ത്ലി ഹാളോസ്' അടുത്തിടെ പുറത്തിറങ്ങി. അത്രയൊന്നും അറി

യപ്പെടാതിരുന്ന അധ്യാപികയായിരുന്ന റോളിങ്ങിനെ ഈ പരമ്പര ബ്രിട്ടീഷ് രാജ്ഞിയെക്കാൾ സമ്പന്നയാക്കി. കുട്ടികൾക്കുവേണ്ടി രചിക്കപ്പെട്ടതെങ്കിലും മുതിർന്നവരെയും ആകർഷിക്കുന്ന ഈ പരമ്പരയിലെ ആദ്യ നാലു കൃതികൾക്ക് ചലച്ചിത്രഭാഷ്യങ്ങളുണ്ടായി. ആദ്യ പുസ്തകത്തിന് *ഹാരി പോട്ടർ രസായനക്കല്ല്* എന്ന പേരിൽ മലയാളത്തിൽ വിവർത്തനമിറങ്ങിയിട്ടുണ്ട്.

സ്റ്റീഫൻ ഹോക്കിങ്

ശാസ്ത്രജ്ഞനായ സ്റ്റീഫൻ ഹോക്കിങ്ങിൻെറ തിരുത്ത് വിവാദമായല്ലോ. അദ്ദേഹത്തെ ബാധിച്ച രോഗം ഏതാണ്?

സ്റ്റീഫൻ ഹോക്കിങ്

തമോഗർത്ത സിദ്ധാന്തത്തിൻെറ ഉപജ്ഞാതാവായ സ്റ്റീഫൻ ഹോക്കിങ് 31 വർഷംമുമ്പ് താൻ കണ്ടുപിടിച്ചതും ശാസ്ത്രലോകം അംഗീകരിച്ചതുമായ സിദ്ധാന്തം തിരുത്തിക്കൊണ്ടാണ് 2004 ജൂലൈയിൽ വീണ്ടും ശ്രദ്ധേയനായത്. തമോഗർത്തങ്ങൾ അതിന്റെ ആകർഷണ പരിധിയിൽ എത്തുന്നതിനെയെല്ലാം ഒരിക്കലും രക്ഷപ്പെടാനനുവദിക്കാത്തവിധം അകത്താക്കുമെന്ന വാദത്തിൽനിന്നാണ് ഹോക്കിങ് പിൻമാറിയത്.

ശരീരത്തിന്റെ ചലനശേഷിയെ നിയന്ത്രിക്കുന്ന ഞരമ്പുകൾ തളരുന്ന ആമിയോ ട്രോപിക് ലാറ്ററൽ സ്ക്ലീറോസിസ് എന്ന അസുഖം ബാധിച്ച ഹോക്കിങ് സംസാരിക്കാനോ എഴുതാനോ കഴിയാത്ത അവസ്ഥയിലാണ്. വീൽചെയറിൽ ഘടിപ്പിച്ച ലീവിങ് സെന്റർ എന്ന പ്രത്യേകതരം ആശയവിനിമയോപകരണവും സ്പീച്ച് സിന്തസൈസ് എന്ന ഉപകരണവും പ്രത്യേകമായി രൂപപ്പെടുത്തിയ പെഴ്സണൽ കമ്പ്യൂട്ടറിൽ ഘടിപ്പിച്ചാണ് ഇന്നും പഠനങ്ങൾ നടത്തുന്നത്.

രണ്ടാം ശനിയാഴ്ച എങ്ങനെ അവധിയായി?

രണ്ടാംശനിയാഴ്ച അവധിയാണെന്ന് എല്ലാവർക്കും അറിയാമെങ്കിലും അത് എങ്ങനെ അവധിയായി എന്ന് അറിയുന്നവർ ചുരുക്കം. ഈ

ചോദ്യത്തിന് ഉത്തരംതേടി നുറുകണക്കിനു കത്തുകൾ വന്നു. 2003 ഏപ്രിൽ 17ന് *ദേശാഭിമാനി കിളിവാതിലിൽ* സംവാദം പംക്തി ആരംഭി ച്ചശേഷം ഏറ്റവും കൂടുതൽ ചോദ്യങ്ങൾ ഇതേക്കുറിച്ചായിരുന്നു. ഈ ഉത്തരം പ്രത്യേകം ഫീച്ചറായി 2005 ഫെബ്രുവരി 10ന് പ്രസിദ്ധീകരിച്ചു

അന്താരാഷ്ട്ര തൊഴിൽ സംഘടന (ഐ എൽ ഒ)യുടെ അവധിദി വസങ്ങൾ നടപ്പാക്കുന്നതിന്റെ ഭാഗമായാണ് കേരളത്തിൽ രണ്ടാം ശനി യാഴ്ച അവധിയാക്കിയത്.

ഐ എൽ ഒ രൂപീകരിച്ചശേഷം, തൊഴിലെടുക്കുന്നവർക്ക് നൽ കേണ്ട അവകാശങ്ങളെക്കുറിച്ച് പല തീരുമാനങ്ങളും എടുക്കുകയുണ്ടാ യി. അതിൽ പ്രധാനമായ ഒന്നായിരുന്നു ജീവനക്കാർക്ക് ആഴ്ചയിൽ അഞ്ചുദിവസം ജോലിയും രണ്ടുദിവസം വിശ്രമവുമെന്ന വ്യവസ്ഥ. എല്ലാ രാഷ്ട്രങ്ങളുടെയും തൊഴിൽമന്ത്രിമാരുടെ സമ്മേളനത്തിൽ 1952ൽ എടു ത്ത ഈ തീരുമാനം നടപ്പാക്കാൻ ഐക്യരാഷ്ട്രസംഘടന ആഹ്വാനം ചെയ്തു. ഇതേതുടർന്നാണ് ഇന്ത്യയിലും ഇക്കാര്യം നടപ്പാക്കാൻ തീരു മാനിച്ചത്. ആഴ്ചയിൽ രണ്ട് അവധിവെച്ച് വർഷത്തിൽ മൊത്തം ചുരു ങ്ങിയത് 104 അവധിദിനങ്ങൾ സർക്കാർ ജീവനക്കാർക്ക് നൽകാനായി രുന്നു തീരുമാനം. അല്ലാതെ ഓരോ ആഴ്ചയിലും കൃത്യമായി രണ്ടു അവധി വീതം നൽകാനായിരുന്നില്ല.

വാരാന്ത്യമായ ഞായറാഴ്ച നേരത്തെതന്നെ അവധിയായി പ്രഖ്യാ പിച്ചിരുന്നു. അതനുസരിച്ച് വർഷത്തിൽ 52 അവധിയാണ് ലഭിക്കുക. പിച്ചു. ഉദാഹരണത്തിന് കേരളത്തിലെ ഓണം, വിഷു, തമിഴ്നാട്ടിലെ പൊങ്കൽ, ബംഗാളിലെ ബൈശാകി, ഉത്തരേന്ത്യയിലെ ഹോളി തുടങ്ങി യവ. ദേശീയ അവധിദിനങ്ങളായ സ്വാതന്ത്ര്യദിനം (ആഗസ്ത് 15), റി പ്പബ്ലിക് ദിനം (ജനുവരി 26), ഗാന്ധിജയന്തി (ഒക്ടോബർ 2) കൂടാതെ ക്രിസ്തുമസ്, ദീപാവലി, മഹാനവമി തുടങ്ങിയവയും കണക്കിലെടുത്തു. ഇതൊക്കെയായിട്ടും 52 ഞായറാഴ്ചകളെ കൂടാതെ ഓരോ സംസ്ഥാ നത്തും ശരാശരി 38–40 അവധി ദിനങ്ങളേ ഉണ്ടായുള്ളൂ.

യു എൻ പ്രഖ്യാപനം പ്രാവർത്തികമാക്കാൻ ആവശ്യമായ അവ ശേഷിക്കുന്ന 12 അവധിദിനങ്ങൾകൂടി കിട്ടുന്നതിന് ഓരോ മാസത്തി ലെയും മധ്യത്തിലുള്ള ശനിയാഴ്ചകളെ (രണ്ടാം ശനിയാഴ്ച) പൊതു അവധിദിനമാക്കാൻ സർക്കാർ തീരുമാനിക്കുകയായിരുന്നു. ആദ്യ ശനി യാഴ്ചയും അവസാന ശനിയാഴ്ചയും അവധിക്ക് പരിഗണിക്കുന്നതിൽ പ്രായോഗിക ബുദ്ധിമുട്ടുകളുണ്ടായിരുന്നു. സർക്കാർ ഓഫീസുകളിലെ ശമ്പളദിനങ്ങൾ ഈ ദിവസങ്ങളിൽ വരാനിടയുള്ളതിനാലായിരുന്നു ഇത്. ഈ സാഹചര്യത്തിലാണ് മധ്യത്തിലെ ശനിയാഴ്ച എന്ന തീരുമാനം വന്നത്. വർഷത്തിലുള്ള 12 രണ്ടാം ശനിയാഴ്ചകൾ കൂടിയായതോടെ പൊതുഅവധി ദിനങ്ങൾ 104 ആയി ഉയരുകയും ചെയ്തു. കർണാടകം, ആന്ധ്രപ്രദേശ്, ഉത്തർപ്രദേശ് തുടങ്ങിയ ചില സംസ്ഥാനങ്ങളിലും രണ്ടാം ശനിയാഴ്ച അവധിയാക്കി.

രാജീവ്ഗാന്ധി പ്രധാനമന്ത്രിയായിരുന്നപ്പോൾ കേന്ദ്രസർക്കാർ ഓഫീസുകളിൽ പ്രവൃത്തിസമയം രാവിലെ ഒമ്പതുമുതൽ വൈകിട്ട് 5.30 വരെയാക്കി. എല്ലാ ശനിയും ഞായറും അവധിദിനങ്ങളായി. ഇത് പല ഡിപ്പാർട്മെന്റുകളും തുടർന്നുവരികയാണ്. തമിഴ്നാടും ഈ മാതൃകയാണ് പിന്തുടരുന്നത്.

ശനിയാഴ്ച തന്നെ അവധി ആക്കാൻ തീരുമാനിച്ചത് തൊട്ടടുത്ത ദിവസം (ഞായർ) പൊതുഅവധി ആയതിനാൽ തുടർച്ചയായി രണ്ട് അവധികൾ ആകട്ടെ എന്നതിനാലാണ്. മുസ്ലിംരാഷ്ട്രങ്ങളിൽ ഞായറാഴ്ചയ്ക്കുപകരം വെള്ളിയാഴ്ചയാണ് മുഖ്യപൊതുഅവധി. ഇന്ത്യയിൽ രണ്ടാംശനിയാഴ്ചയാണ് അവധിയെങ്കിൽ ചില ആഫ്രിക്കൻ രാജ്യങ്ങളിൽ അത് മൂന്നാം ശനിയാഴ്ചയും തെക്കൻ അമേരിക്കയിൽ നാലാം ശനിയാഴ്ചയും ഫിലിപ്പൈൻസിൽ ഒന്നാംശനിയാഴ്ചയുമാണ്. എവിടെയായാലും ശനിയുടെ കാര്യത്തിൽ മാറ്റമില്ലാത്തത്, തുടർച്ചയായി ജീവനക്കാർക്ക് അവധി കിട്ടുന്നതിനുവേണ്ടിയായിരുന്നു.

ഇന്ത്യയിൽ ഞായറാഴ്ചയും രണ്ടാം ശനിയാഴ്ചയും കൂടാതെയുള്ള ദേശീയ പൊതുഅവധി ദിനങ്ങൾ നിർബന്ധമായും പാലിക്കേണ്ടത് മൂന്നെണ്ണമാണ്. സ്വാതന്ത്ര്യദിനം, റിപ്പബ്ലിക് ദിനം, ഗാന്ധിജയന്തി. ലോക വ്യാപകമായ അവധിദിനമാണ് സാർവദേശീയ തൊഴിലാളിദിനമായ മെയ് ഒന്ന്. ലോകവ്യാപകമായ മറ്റൊരു ആഘോഷത്തിന്റെ അവധി ക്രിസ്മസ് ആണ്. യൂറോപ്പിൽ പല രാജ്യങ്ങളിലും പത്തുദിവസം ക്രിസ്മസിന് സർക്കാർ അവധിയാണ്. ഫ്രാൻസിൽ ഫ്രഞ്ച് വിപ്ലവ വാർഷികത്തിന് ആറു ദിവസമാണ് പൊതു അവധി.

പോളിഗ്രാഫിൻെറ നുണപരിശോധന

പോളിഗ്രാഫ് യന്ത്രം കള്ളം കണ്ടെത്തുന്നതെങ്ങനെ?

ചോദ്യംചെയ്യുന്നതിനിടെ മനുഷ്യശരീരത്തിലുണ്ടാകുന്ന പ്രക്രിയകൾ റെക്കോഡ് ചെയ്ത് കളവു പറയുന്നത് കണ്ടെത്തുന്ന ഉപ കരണമാണ് പോളിഗ്രാഫ്. ചോദ്യംചെയ്യപ്പെടുന്നതിനിടയിൽ ഹൃദയമിടിപ്പ്, രക്തസമ്മർദം, ശ്വാസോച്ഛ്വാസം എന്നിവ യന്ത്രത്തിൽ ശേഖരിക്കുന്നു. ചോദ്യകർത്താവിന് അറിയാവുന്ന ഉത്തരങ്ങൾ ആദ്യം പറയിപ്പിച്ച് രക്തസമ്മർദവും ഹൃദയമിടിപ്പുമൊക്കെ

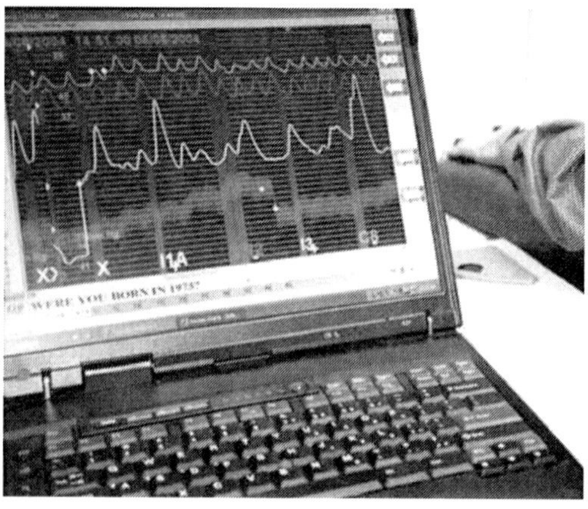

രേഖപ്പെടുത്തി അടിസ്ഥാന അളവ് മനസിലാക്കുന്നു. പിന്നീട് നുണ പറയുമ്പോൾ ശരിയായ ഉത്തരങ്ങൾ പറഞ്ഞ സമയത്തെക്കാൾ രക്ത സമ്മർദവും ശ്വാസോഛ്വാസവും ഹൃദയമിടിപ്പും കൂടുന്നു. ഈ വ്യത്യാസം നുണയാണോ പറയുന്നതെന്നു മനസിലാക്കാൻ അന്വേഷണ ഉദ്യോഗസ്ഥരെ സഹായിക്കുന്നു. എഫ് ബി ഐ, സി ഐ എ പോലുള്ള അന്താരാഷ്ട്ര ഏജൻസികളും വിവിധ രാജ്യങ്ങളും സംസ്ഥാന സർക്കാരുകളും ഈ യന്ത്രം ഉപയോഗിക്കുന്നുണ്ട്.

ഗീബൽസിൻെറ നുണ

ഗീബൽസിനെ വെല്ലുന്ന നുണ എന്ന പ്രയോഗത്തിന്റെ അർഥമെന്താണ്?

ഹിറ്റ്ലറുടെ പ്രചാരണമന്ത്രിയായിരുന്നു ജോസഫ് ഗീബൽസ്. ആവർത്തിക്കപ്പെടുന്ന നുണ ഒടുവിൽ സത്യമായിത്തീരുമെന്ന സിദ്ധാന്തത്തിന്റെ ഉപജ്ഞാതാവ്. വ്യക്തമായ ഉദ്ദേശ്യത്തോടെ നുണ പ്രചരിപ്പിക്കുന്നയാളിനെ ഗീബൽസിനോട് ഉപമിക്കുന്നു.

ഗീബൽസ്

മാരത്തൺ

'മാരത്തൺ' എന്ന വാക്ക് എങ്ങനെ വന്നു?

മാരത്തൺ ഗ്രീക്ക് വാക്കാണ്. ബിസി 400–ാമാണ്ടിൽ പേർഷ്യക്കെതിരായ യുദ്ധത്തിൽ ഗ്രീക്കുകാർ ഗ്രീക്കുനഗരമായ മാരത്തണിൽ നേടിയ വിജയത്തിന്റെ സന്ദേശമറിയിക്കാൻ പൈസിപ്പൈഡ്സ് എന്ന ഗ്രീക്ക് പട്ടാളക്കാരൻ മാരത്തണിൽനിന്ന് ഏതൻസ് വരെ (ഏകദേശം 22 മൈൽ) ഓടിയെത്തുകയായിരുന്നു. ഏതൻസിലെത്തിയ പട്ടാളക്കാരൻ തളർന്നു വീണു മരിക്കുകയായിരുന്നു. ഈ സംഭവത്തോടുള്ള ആദരസൂചകമായാണ് ഒളിമ്പിക്സിൽ മാരത്തൺ എന്ന പേരിൽ ദീർഘദൂര ഓട്ടമൽസരം ഏർപ്പെടുത്തിയത്. ആദ്യ കാലങ്ങളിൽ ഒളിമ്പിക്സിന് 24 മൈൽ,

മാരത്തൺ ഓട്ടം

26 മൈൽ എന്നീ ദൂരങ്ങളിൽ മൽസരം നടത്തിയിരുന്നു. ആധുനിക ഒളിമ്പിക്സിൽ 1908–ൽ ലണ്ടനിൽ വിൻസർ കൊട്ടാരം മുതൽ ലണ്ടൻ നഗരം വരെ 26 മൈൽ ഓട്ടമായിരുന്നു. തുടർന്ന് 385 വാര അകലെ രാജകുടുംബാംഗങ്ങൾ ഇരിക്കുന്ന റോയൽ ബോക്സ് വരെ ഓട്ടം നീട്ടി. ഇതുകൂടി ചേർത്ത് പിന്നീട് 26 മൈൽ 385 വാര എന്നാക്കുകയായിരുന്നു.

ഗിന്നസ് റെക്കോഡ്

ഗിന്നസ്ബുക്കിനെക്കുറിച്ച് വിവരിക്കാമോ? ഇതിൻെറ ഉപജ്ഞാതാവ് ആരാണ്?

ഗിന്നസ് ബ്രെവറി കമ്പനിയുടെ തലവനായിരുന്ന സർ ഹഗ് ബീവർ 1951 ലാണ് ലോക റെക്കോഡുകൾ ശേഖരിച്ച് പുസ്തകമായി പ്രസിദ്ധീകരിക്കുക എന്ന ആശയം മുന്നോട്ടുവെച്ചത്. ലണ്ടനിലെ നോറിസും മക്‌വിർട്ടറും ചേർന്ന് നടത്തുന്ന ഏജൻസിയുടെ ആഭിമുഖ്യത്തിൽ 1955 ആഗസ്ത് 27ന് ആ സ്വപ്നം സഫലമാക്കി. ലോകത്തിലെ ആദ്യത്തെ റെക്കോഡുകളുടെ പുസ്തകം അന്ന് പ്രസിദ്ധീകരിച്ചു – *ഗിന്നസ് വേൾഡ് റെക്കോഡ്സ്*. ആ വർഷംതന്നെ അത് ബ്രിട്ടനിലെ ബെസ്റ്റ് സെല്ലറായി. തുടർന്ന് ലോകമാകെ അത് റെക്കോഡുകളുടെ ബ്രാൻഡ്നാമമായി. ഏറ്റവുമൊടുവിൽ, *ഗിന്നസ് വേൾഡ് റെക്കോഡ്സ് – 2006* പുറത്തിറങ്ങിക്കഴിഞ്ഞു. ലണ്ടൻ ആസ്ഥാനമായ ഗിന്നസ് വേൾഡ് റെക്കോഡ്സ് കമ്പനിയുടെ ഈ റെക്കോഡ് പുസ്തകമാണ് ലോകത്ത് *ബൈബിളും ഖുറാനും* കഴിഞ്ഞാൽ ഏറ്റവുമധികം വിൽക്കപ്പെടുന്ന പുസ്തകമെന്ന് കമ്പനി അവകാശപ്പെടുന്നു. ഏറ്റവും പുതിയ റെക്കോഡുകൾ ചേർക്കുന്നതിനു

ള്ള അപേക്ഷാഫോറം www.guinessworldrecords.com എന്ന വെബ് സൈറ്റിലുണ്ട്.

കൃത്രിമ മഴ

കൃത്രിമ മഴ ഉണ്ടാക്കുന്നതെങ്ങനെയാണ്? വിശദീകരിക്കാമോ?

മേഘപ്രജനനത്തിലൂടെ (Cloud Seeding) മഴ പെയ്യിക്കുന്ന രീതിയാണിത്. മഴമേഘങ്ങളിൽ കൃത്രിമപദാർഥങ്ങൾ വിതറിയാണ് മഴപെയ്യിക്കുന്നത്. മഴമേഘം തണുത്തിരിക്കുന്ന അവസ്ഥയിൽ അവയുടെ ദ്രവരൂപത്തിലുള്ള മുകൾഭാഗത്ത് സിൽവർ അയോഡൈഡ് പരലുകൾ വിതറുന്നു. ഇത് ദ്രാവകരൂപത്തെ ഐസാക്കിമാറ്റും. പിന്നീടത് മഴയായോ മഞ്ഞുവീഴ്ചയായോ പരിണമിക്കുന്നു. മഴമേഘങ്ങളില്ലെങ്കിൽ കാൽസ്യം ക്ലോറൈഡ്, കാൽസ്യം കാർബൈഡ്, കാൽസ്യം ഓക്സൈഡ് തുടങ്ങിയ രാസപദാർഥങ്ങളുപയോഗിച്ച് വായുപടലത്തെ തണുപ്പിച്ച് മഴമേഘങ്ങളാക്കിമാറ്റും. അതിനുശേഷം കറിയുപ്പ്, യൂറിയ, അമോണിയം നൈട്രേറ്റ് എന്നിവയിലേതെങ്കിലും ഉപയോഗിച്ച് മഴമേഘങ്ങളുടെ സാന്ദ്രത കൂട്ടുന്നു. പിന്നീട് സിൽവർ അയോഡൈഡ് പരലുകൾ വിതറി മഴപെയ്യിക്കുന്നു.

കൗരു വിക്ഷേപണകേന്ദ്രം

ഇന്ത്യയുടെ കൃത്രിമ ഉപഗ്രഹങ്ങൾ എന്തുകൊണ്ടാണ് ഫ്രഞ്ച് ഗയാനയിലെ കൗരുവിൽനിന്ന് വിക്ഷേപിക്കുന്നത്?

ഇന്ത്യ, യൂറോപ്യൻ സ്പേസ് ഏജൻസിയുടെ സഹകരണത്തോടെ വിക്ഷേപിക്കുന്ന ഉപഗ്രഹങ്ങളാണ് ഫ്രഞ്ച് ഗയാനയിലെ കൗരുവിൽനിന്ന് വിക്ഷേപിക്കുന്നത്. യൂറോപ്യൻ സ്പേസ് ഏജൻസിയുടെ വിക്ഷേപണകേന്ദ്രമാണിത്. തെക്കേ അമേരിക്കൻ മേഖലയിലുള്ള ഫ്രാൻസിൻെറ അധീനതയിലുള്ള പ്രദേശമാണിത്. ഈ കേന്ദ്രം ഉപയോഗിക്കുന്നതിന് യൂറോപ്യൻ സ്പേസ് ഏജൻസിക്ക് ഫ്രാൻസുമായി കരാറുണ്ട്. ഭൂമധ്യരേഖയ്ക്ക് അഞ്ചു ഡിഗ്രിമാത്രം വടക്കുള്ള ഇവിടെനിന്ന് വിക്ഷേപിച്ചാൽ ഭൂമിയുടെ ഭ്രമണപഥത്തിലെ ബലത്തിനെതിരെ പ്രയോഗിക്കുന്ന ബലത്തിൻെറ അളവ് കുറവുമതി. അതായത് ബഹിരാകാശ വാഹനത്തിന് ഇന്ധനം കുറവുമതി. കടലിന് അഭിമുഖമായ പ്രദേശമായതിനാൽ വിക്ഷേപണത്തിന്റെ അവശിഷ്ടങ്ങൾ കരയിൽ വീഴാതെ കടലിൽ വീണുകൊള്ളും എന്ന സൗകര്യവുമുണ്ട്. അതാണ് യൂറോപ്യൻ സ്പേസ് ഏജൻസി ഈ കേന്ദ്രം തെരഞ്ഞെടുത്തത്.

പദപ്രശ്നം

പദപ്രശ്നം (cross word) ഉണ്ടായതെങ്ങനെ? ആരാണ് പ്രചാരത്തിൽ കൊണ്ടുവന്നത്?

ഇംഗ്ലീഷുകാരനായ ന്യൂയോർക്ക് പത്രപ്രവർത്തകൻ ആർതർ വിന്നെയുടെ ഭാവനയിൽ വിരിഞ്ഞതാണ് ഇന്നും ലോകമാകെ പത്ര മാസി

കകളിൽ തുടരുന്ന 'പദപ്രശ്നം' പംക്തി. *ന്യൂയോർക്ക് വേൾഡി*ൻെറ ഹാസ്യപേജുകൾ കൈകാര്യം ചെയ്തിരുന്ന ആർതറോട് വാക്കുകൾ കൊണ്ടൊരു പുതിയ കളി തയാറാക്കാൻ എഡിറ്റർ ആവശ്യപ്പെട്ടപ്പോൾ അക്ഷരങ്ങളുടെ ചതുരം ചേർത്തുവെച്ച് കുട്ടിക്കാലത്ത് കളിച്ചതിന്റെ ഓർമയിൽ തയാറാക്കിയതാണ് ആദ്യമായി അച്ചടിച്ച പദപ്രശ്നം. 1913 ഡിസംബർ 21 നായിരുന്നു അത്. തുടർന്ന് അമേരിക്കയിലെയും ഇംഗ്ലണ്ടിലെയും പ്രസിദ്ധീകരണങ്ങളെല്ലാം ഇത് അനുകരിച്ചു.

ഡൈസ് നോൺ

ഡൈസ് നോൺ എന്ന വാക്കിൻെറ അർഥം എന്താണ്?

ഡൈസ് നോൺ 'di-es' non എന്ന ലാറ്റിൻ നാമത്തിൽനിന്നാണ് ഇവിടെയെത്തിയത്. (Dies non juridicus/Non juridicial day) കോടതി സിറ്റിങ് ഇല്ലാത്ത ദിവസം എന്ന് അർഥം. അനുവാദമില്ലാതെ ജോലിക്ക് ഹാജരാകാതിരിക്കൽ എന്ന അർഥത്തിലാണ് ഇവിടെ ഈ വാക്ക് (di-es non) ഉപയോഗിക്കുന്നത്.

കറൻസിയിലെ ഭാഷകൾ

ഇന്ത്യൻ കറൻസിയുടെ പിൻവശത്ത് ക്രമത്തിൽ 15 ഭാഷകൾ ഏതൊക്കെയാണ്?

ഇന്ത്യൻ കറൻസിയുടെ പിൻവശത്തെ പാനലിൽ താഴെ പറയുന്ന ഭാഷകൾ: ആദ്യത്തേത് അസമീസ്, തുടർന്ന് ബംഗാളി, ഗുജറാത്തി, കന്നഡ, കാശ്മീരി, കൊങ്കണി, മലയാളം, മറാത്തി, നേപ്പാളി, ഒറിയ, പഞ്ചാബി, സംസ്കൃതം, തമിഴ്, തെലുങ്ക്, ഉർദു.

ഷോർട്ട്ഹാൻഡ്

ഷോർട്ട്ഹാൻഡ് ലിപി കണ്ടുപിടിച്ചതാരാണ്?

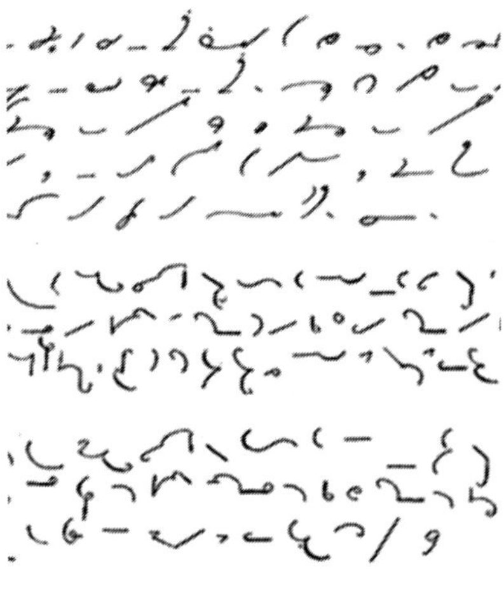

എഴുത്ത് പ്രചരിച്ച കാലംമുതൽക്കേ ചുരുക്കെഴുത്തും പ്രചരിച്ചു കാണുമെന്ന് ചരിത്രകാരന്മാർ. ഷോർട്ട്ഹാൻഡിൻെറ മറ്റൊരു പേരായ 'സ്റ്റെനോഗ്രഫി' യുടെ ഉത്ഭവം ഗ്രീക്ക് വാക്കുകളായ സ്റ്റെനോസ് (Stenosചുരുങ്ങിയ), ഗ്രഫോസ് (Graphosഎഴുത്ത്) എന്നിവയിൽനിന്നാണ്.

പുരാതന ഈജിപ്തിൽനി

ന്നുള്ള ഹീറാറ്റിക്, ഡെമോറ്റിക് എഴുത്തും ചുരുക്കെഴുത്തിന്റെ ആദ്യകാല രൂപമാണ്. ചുരുക്കെഴുത്തിനെ ജനകീയമാക്കിയത് സർ ഐസക് പിറ്റ്മാന്റെ (1813–1897) 1837–ൽ പുറത്തിറങ്ങിയ ശൈലിയാണ്. 1588 ൽ തിമോത്തി ബ്രൈറ്റ്, 1602 ൽ ജോൺ വില്ലിസ്, 1626 ൽ തോമസ് ഷെൽട്ടൺ, 1654 ൽ ജെറമിയ റിച്ച് തുടങ്ങിയവരും ചുരുക്കെഴുത്തിന്റെ വളർച്ചയ്ക്ക് ഏറെ സംഭാവന നൽകി.

ബോക്സോഫീസ്

'ബോക്സോഫീസ്' എന്ന പദത്തിന്റെ അർഥം എന്താണ്?

നാടകശാലകളിലെയോ സിനിമാ കൊട്ടകയിലെയോ ടിക്കറ്റ് വിൽക്കുന്ന ക്യാബിനെയാണ് 'ബോക്സോഫീസ്' എന്നു വിളിച്ചിരുന്നത്. പതിനേഴാം നൂറ്റാണ്ടിൽ തിയറ്ററുകളിൽ പ്രത്യേക ബോക്സ് സീറ്റുകൾ ഏർപ്പെടുത്തിയപ്പോൾ ആ സീറ്റുകൾക്കുവേണ്ട ടിക്കറ്റ് എടുക്കാനുള്ള സ്ഥലം എന്ന നിലയിലാണ് 'ബോക്സോഫീസ്' എന്ന വാക്ക് പ്രചരിച്ചത്. ടിക്കറ്റ് വിൽപ്പനയിലൂടെ നല്ല വരുമാനം ഉണ്ടാക്കുന്ന സിനിമ 'ബോക്സോഫീസ് വിജയ'മാണ് എന്ന വിശേഷണം വന്നതും ഈ വാക്കിൽനിന്നാണ്.

വക്കീൽ

'വക്കീൽ' എന്ന വാക്കിന്റെ ഉത്ഭവം എങ്ങനെയാണ്?

അഭിഭാഷകൻ എന്ന അർഥത്തിൽ 17–ാം നൂറ്റാണ്ടിന്റെ ആദ്യംമുതൽ തെക്കനേഷ്യയിൽ ഉപയോഗിച്ചിരുന്ന വാക്കാണ് വക്കീൽ. പേർഷ്യൻ ഭാഷയിൽനിന്ന് അറബിക്, ഉറുദു, ടർക്കിഷ് ഭാഷകളിലേക്കും ഈ വാക്ക് മാറിയിട്ടുണ്ട്.

ഓറഞ്ച് നോട്ടീസ്

എന്താണ് ഓറഞ്ച് നോട്ടീസ്?

സൈന്യത്തിലും പൊലീസിലും രഹസ്യസന്ദേശങ്ങൾ കൈമാറുന്നതിനു പുറപ്പെടുവിക്കുന്ന സർക്കുലർ ഓറഞ്ച് നോട്ടീസ് എന്ന പേരിലാണ് അറിയപ്പെടുന്നത്.

XEROX

ഫോട്ടോസ്റ്റാറ്റ് കോപ്പികൾക്ക് XEROX കോപ്പി എന്ന് പറയുന്നത് എന്തുകൊണ്ടാണ്?

ന്യൂയോർക്ക് ആസ്ഥാനമായ ക്സീറോക്സ് കോർപ്പറേഷന്റെ

(XEROX Corporation) കളർ, ബ്ലാക്ക് ആൻഡ് വൈറ്റ് പ്രിന്റുകൾ ലോകപ്രശസ്തമാണ്. ഫോട്ടോകോപ്പി എടുക്കാനുള്ള കമ്പനിയുടെ ഉൽപ്പന്നമായ ക്സീറോക്സ് മെഷീൻ (Xerox Mechine) ഫോട്ടോ കോപ്പി എടുക്കലിന്റെതന്നെ പേരായി മാറി. മറ്റ് കമ്പനികളുടെ ഫോട്ടോകോപ്പിയറുകളെയും ക്സീറോക്സ് മെഷീനെന്നും കോപ്പിയെ ക്സീറോക്സ് കോപ്പിയെന്നും ലോകമാകെ വിശേഷിപ്പിച്ചുപോന്നു.

ടി എം സി

നദീജല തർക്കത്തെക്കുറിച്ചുള്ള വാർത്തകളിൽ കാണുന്ന 'ടി എം സി ജലം' എന്താണ്?

ഒരു ടി എം സി ജലമെന്നാൽ ആയിരം ദശലക്ഷം ക്യുബിക് അടി വെള്ളം. TMC- Thousand Million Cubic Feet.

ചോദ്യചിഹ്നം

'?' അടയാളം ചോദ്യചിഹ്നമായതെങ്ങനെ.

പുരാതന ഗ്രീക്ക്-ലാറ്റിൻ ഭാഷകളിൽ വാചകങ്ങൾക്കൊടുവിൽ ചോദ്യത്തെ സൂചിപ്പിക്കാൻ ഉപയോഗിച്ചിരുന്ന ക്വസ്റ്റിയോ (Questio) എന്ന വാക്ക് ലോപിച്ച് QO ആകുകയും (എഴുതിയിരുന്നത് Qവിനു താഴെ O) തുടർന്ന് Q ഇന്നത്തെ ചോദ്യചിഹ്നത്തിന്റെ രൂപത്തിലും O അതിനു താഴെയുള്ള കുത്തുമായി ചുരുങ്ങി.

മൊബൈൽ ആദ്യ അക്കം

മൊബൈൽ ഫോണുകളുടെയെല്ലാം നമ്പരുകൾ തുടങ്ങുന്നത് ഒമ്പതിലാണല്ലോ. എന്തുകൊണ്ടാണത്?

ഇന്ത്യയിൽ മൊബൈൽ ഫോൺ സർവീസുകളുടെ പ്രവർത്തനം നിയന്ത്രിക്കുന്ന ടെലികോം റഗുലേറ്ററി അതോറിറ്റിയുടെ നിർദേശപ്രകാരം എല്ലാ മൊബൈൽ സർവീസുകളുടെയും ഫോൺ നമ്പർ ഒമ്പതിലാണ് തുടങ്ങുന്നത്. പത്തക്ക നമ്പറിൽ ആദ്യ രണ്ടക്കം (ഉദാ: 94, 98, 93, 92 ലരേ) ഓപ്പറേഷൻ കോഡും തുടർന്നുള്ള രണ്ടക്കം സോൺ കോഡും (ഓരോ സംസ്ഥാനവും ഓരോ സോണായി തിരിച്ചിരിക്കുന്നു) ബാക്കി ആറ് അക്കങ്ങൾ സബ്സ്ക്രൈബറുടെ നമ്പരുമായി നിശ്ചയിച്ചിരിക്കുന്നു.

വൈറ്റ് ഹൗസ്

അമേരിക്കൻ പ്രസിഡന്റിന്റെ ഔദ്യോഗികവസതിക്ക് വൈറ്റ് ഹൗസ് എന്നാണോ പേരിട്ടത്?

വാഷിങ്ടൺ ഡി സിയിൽ 1800ൽ പണിപൂർത്തിയാക്കിയ, പ്രസിഡന്റിന്റെ ഔദ്യോഗിക വസതി പ്രസിഡൻഷ്യൽ പാലസ്, പ്രസിഡൻഷ്യൽ

വൈറ്റ് ഹൗസ്

മാൻഷൻ, പ്രസിന്റസ് കാസിൽ എന്നീ പേരുകളിലാണ് അറിയപ്പെട്ടിരുന്നത്. എന്നാൽ വെള്ളക്കല്ലുകൾ പതിച്ച പുറം ചുവരുകളായതുകൊണ്ട് ഇതിനെ വൈറ്റ് ഹൗസ് എന്നാണ് ജനങ്ങൾ വിളിച്ചത്. 1901ൽ പ്രസിഡന്റ് റൂസ് വെൽറ്റ് ഔദ്യോഗിക രേഖകളിലും ഈ പേര് എഴുതിച്ചേർത്തു.

ജനിതക എഞ്ചിനീയറിങ്

ജനിതക എഞ്ചിനീയറിങ് എന്താണ്? വ്യാവസായിക പ്രാധാന്യ ങ്ങളെന്തെല്ലാം?

സസ്യങ്ങളുടെയും ജന്തുക്കളുടെയും ജനിതകഘടനയിൽ മാറ്റംവരു ത്തുന്ന സാങ്കേതിക രീതിയാണ് ജനറ്റിക് എഞ്ചിനീയറിങ്. ജൈവകോശങ്ങളിലെ സ്വാഭാവിക ഡി എൻ എ തന്മാത്രകൾ നീക്കം ചെയ്യുകയോ കൂട്ടിച്ചേർക്കുകയോ മാറ്റം വരുത്തുകയോ ചെയ്യുകവഴി ജൈവരൂപത്തിന്റെ അടിസ്ഥാനപരമാ യ സവിശേഷതകൾ മാറ്റിക്കുറിക്കുന്ന സാങ്കേതികവിദ്യയാണിത്.

കാർഷികരംഗത്തും ആരോഗ്യ-വൈദ്യശാസ്ത്രരംഗത്തും വി പ്ലവകരമായ നേട്ടങ്ങളാണ് ജനിതക എഞ്ചിനീയറിങ്ങിലൂടെ ആധുനിക ശാസ്ത്ര സാങ്കേതികരംഗം കൈപ്പിടിയിലാക്കിയത്. കാർഷിക ഉൽപ്പാ ദനമേഖല, മരുന്നുനിർമാണം, അത്യുൽപ്പാദനശേഷിയുള്ള വിത്തിനങ്ങൾ, കന്നുകാലികൾ, എന്നിവയെ ബ്രീഡ് ചെയ്തെടുക്കൽ, ചികിൽസാരംഗം എന്നിങ്ങനെ ജനിതക എഞ്ചിനീയറിങ്ങിന്റെ സാധ്യതകൾ ഒട്ടേറെയാണ്.

എവറസ്റ്റ്

എവറസ്റ്റ് കൊടുമുടിക്ക് ആ പേരു നൽകിയതാരാണ്?
എവറസ്റ്റിന്റെ ഉയരം?

എവറസ്റ്റ്

ബ്രിട്ടീഷ് ഭരണകാല ത്ത് ഇന്ത്യയുടെയും നേപ്പാൾ, തിബത്ത് മേഖലയുടെയും ചുമതലയുള്ള സർവേയർ ജനറലായിരുന്ന സർ ആൻഡ്രൂവാഹാണ് എവറസ്റ്റിന് ആ പേരു നൽകിയത്. തൊട്ടുമുമ്പുള്ള സർവേയർ ജനറലായിരുന്ന സർ ജോർജ് എവറസ്റ്റിന്റെ കാലശേഷം എന്ന അർഥത്തി ലാണ് മൗണ്ട് എവറസ്റ്റ് എന്ന് നാമകരണം ചെയ്തത്.

ലോകത്തെ ഏറ്റവും ഉയരമുള്ള കൊടുമുടിയായ എവറസ്റ്റിന് 8850 മീറ്ററും രണ്ടാമത്തെ ഉയരമുള്ള കൊടുമുടിയായ കെ - രണ്ടിന് 8611 മീറ്ററും ആണ് ഉയരം.

ഐ എസ് ഒ

ആരാണ് ഐ എസ് ഒ അംഗീകാരം നൽകുന്നത്?

അന്താരാഷ്ട്ര തലത്തിൽ ഉൽപ്പന്നങ്ങളുടെയും സേവനങ്ങളുടെയും ഗുണനിലവാരം പരിശോധിച്ച് ഗുണനിലവാരസർട്ടിഫിക്കറ്റ് നൽകുന്ന ഏജൻസിയാണ് ഇന്റർനാഷണൽ ഓർഗനൈസേഷൻ ഫോർ സ്റ്റാൻഡേർഡൈസേഷൻ(ഐ എസ് ഒ). 1947 ഫെബ്രുവരി 23ന് ഇത് നിലവിൽവന്നു. 157 രാജ്യങ്ങളിലെ സ്റ്റാൻഡേർഡൈസേഷൻ ഏജൻസികൾ (ഉദാ: ഇന്ത്യൻ സ്റ്റാൻഡേർഡ് ഇൻസ്റ്റിറ്റ്യൂട്ട്) ഇതിൽ അംഗങ്ങളാണ്. ആഗോളവൽക്കരണത്തിന്റെ ഫലമായി ഉൽപ്പന്നങ്ങളും സേവനങ്ങളും രാജ്യാന്തരവിപണികളിൽ എത്തിയതോടെ ഇവരുടെ ഗുണനിലവാരപരിശോധനയ്ക്ക് കൂടുതൽ അംഗീകാരം ലഭിച്ചു. ഗുണനിലവാരമനുസരിച്ച് ഐ എസ് ഒ 9001-2000 എന്നിങ്ങനെയാണ് അംഗീകാരം നൽകുന്നത്. ഐ എസ് ഒ യുടെ മാർഗനിർദേശമനുസരിച്ചാണോ ഉൽപ്പന്നവും സേവനവും നൽകുന്നത് എന്ന് പരിശോധിച്ച് സ്ഥാപനങ്ങൾക്കും ഉൽപന്നങ്ങൾക്കും ഐ എസ് ഒ അംഗീകാരം നൽകുന്നതിന് അതതു രാജ്യങ്ങളിലെ സ്റ്റാൻഡേർഡൈസേഷൻ ഏജൻസികൾക്കും ഐ എസ് ഒ യുടെ അംഗീകൃത ഏജൻസികൾക്കുമാണ് അധികാരം. ഇന്ത്യയിൽ ബ്യൂറോ ഓഫ് ഇന്ത്യൻ സ്റ്റാൻഡേർഡ്സും-ബി ഐ എസ് (നേരത്തെ ഇന്ത്യൻ സ്റ്റാൻഡേർഡ് ഇൻസ്റ്റിറ്റ്യൂട്ട്) ഏതാനും അംഗീകൃത ഏജൻസികളുമാണ് ഇത് നൽകുന്നത്.

ശാസ്ത്രനാമം

എന്തുകൊണ്ടാണ് ജീവജാലങ്ങളുടെ ശാസ്ത്രനാമം ലാറ്റിൻ ഭാഷയിൽ അറിയപ്പെടുന്നത്? മുയലിന്റെ ശാസ്ത്രനാമം എന്താണ്?

പല യൂറോപ്യൻ ഭാഷകളിലെയും വാക്കുകളിൽ പലതും ഗ്രീക്കുകാരും റോമൻകാരും ഉപയോഗിച്ചിരുന്നവയാണ്. ഇംഗ്ലീഷിലെ പല വാക്കുകളും ലാറ്റിനിൽ (ലാറ്റിൻ, ഗ്രീക്ക് സങ്കരമാണ് പലതും) നിന്നാണ്. ആദ്യകാലങ്ങളിൽ കൂടുതൽ വിദ്യാഭ്യാസമുള്ളവരും ചർച്ചിലെ പ്രധാനികളും ഉപയോഗിക്കുന്ന ഭാഷ എന്ന നിലയിലും ലാറ്റിന് മേൽക്കോയ്മ ഉണ്ടായിരുന്നു. വിവിധ രാജ്യങ്ങളിൽ വ്യത്യസ്തഭാഷകളും അവയുടെ തന്നെ വകഭേദങ്ങളും നിലനിന്നിരുന്നതിനാൽ സസ്യങ്ങളുടെയും മൃഗങ്ങളുടെയും ശാസ്ത്രീയ പേരുകൾക്ക് ഏകരൂപം വരാൻ ശാസ്ത്രജ്ഞർ തെരഞ്ഞെടുത്ത മാർഗ്ഗമാണ് ലാറ്റിൻ ഭാഷയിൽനിന്നു പേരുകൾ ഇടുക എന്നത്.

കാൾ ലിന്നേസ്

1758–ൽ സ്വീഡിഷ് ജീവശാസ്ത്രജ്ഞൻ കാൾ ലിന്നേസ് (Carl Linnaeus) ആണ് ജീവജാലങ്ങൾക്ക് ലാറ്റിൻ വാക്കുകൾ ഉപയോഗിച്ചുള്ള ഇരട്ടപ്പേരിടൽ (ആദ്യം ഏത് വംശത്തിൽപ്പെട്ടതാണോ ആ പേരും രണ്ടാമത്, ഏത് ഇനമാണോ ആ പേരും) ആരംഭിച്ചത്. ലോകം മുഴുവൻ ഏകരൂപം വരാൻ അത് അംഗീകരിക്കപ്പെടുകയായിരുന്നു. വളർത്തു മുയലിന്റെ ശാസ്ത്രീയ നാമം ഒറിക്ടോലാഗസ് കുനികുലസ് (Oryctolagus cuniculus) എന്നാണ്.

ചിക്കൻ ഗുനിയ

ചിക്കൻഗുനിയക്ക് ആ പേരു വരാൻ കാരണമെന്താണ്?

കൊതുകു പരത്തുന്ന ഡെങ്കിപ്പനിപോലൊരു വൈറൽ പനിക്ക് ചിക്കനുമായി യാതൊരു ബന്ധവുമില്ലാതെ തന്നെ ചിക്കൻഗുനിയ എന്നെങ്ങനെ

പേരു വന്നു. 1953ൽ ടാൻസാനിയയിലാണ് ഈ പനി ആദ്യമായി കണ്ടെത്തുന്നത്. ഈ പനി ശക്തമാകുമ്പോൾ അസ്ഥികൾ കൂനിക്കൂടി ശരീരം വളയുന്ന അവസ്ഥ ഉണ്ടാകാറുണ്ട്. ടാൻസാനിയയിലും മൊസാംബിക്കിലും പ്രചാരമുള്ള മക്കോണ്ടെ ഭാഷയിൽ ഈ അവസ്ഥക്ക് ചിക്കൻഗുണ്ടെ (Chikungunde) എന്നാണ് പറയുന്നത്. 1954–ൽ ഈ വാക്ക് ഇംഗ്ലീഷിൽ പ്രചരിച്ചതോടെ ചിക്കൻ ഗുനിയ (Chikungunya) എന്നായി. കൊതുകു നശീകരണവും പരിസര ശുചിത്വവുമാണ് പ്രധാന മുൻകരുതൽ.

റൈറ്റേഴ്സ് ബിൽഡിങ്

കൊൽക്കത്തയിലെ റൈറ്റേഴ്സ് ബിൽഡിങിന് ആ പേരു വന്നതെങ്ങനെ?

1690ൽ സ്ഥാപിച്ച ഈ പഴയ കൊട്ടാരത്തിനോട് ചേർന്നുള്ള മൺ വീടുകളിലാണ് ബ്രിട്ടീഷ് ഭരണകാലത്ത് ഈസ്റ്റ് ഇന്ത്യാ കമ്പനിയിലെ ക്ലാർക്കുമാർ/ജൂനിയർ റൈറ്റർമാർ താമസിച്ചിരുന്നത്. അതുകൊണ്ട് കൊട്ടാരവും പരിസരവും റൈറ്റേഴ്സ് ബിൽഡിങ് എന്ന് അറിയപ്പെട്ടു. 1695ലെ കൊടുങ്കാറ്റിൽ മൺവീടുകൾ തകർന്നതിനെ തുടർന്ന് ഇവിടെ പുതിയ കെട്ടിടവും പണിതു. 1780ൽ ആധുനിക മന്ദിരമാക്കി പണിത റൈറ്റേഴ്സ് ബിൽഡിങ്ങാണ് ഇന്ന് സംസ്ഥാന ഭരണ ആസ്ഥാനം.

വിശ്വസുന്ദരിയും ലോകസുന്ദരിയും

'വിശ്വസുന്ദരി'യും 'ലോകസുന്ദരി'യും തമ്മിലെന്താണ് വ്യത്യാസം?

1952ൽ കാലിഫോർണിയ കേന്ദ്രീകരിച്ച് ആരംഭിച്ച ലോക രാജ്യങ്ങളിലെ സുന്ദരികളുടെ മത്സരമാണ് വിശ്വസുന്ദരി (Miss Universe) മൽസരം. അതിനു തൊട്ടുമുമ്പത്തെ വർഷം (1951ൽ) ലണ്ടനിൽ തുടങ്ങിയതാണ് ലോകസുന്ദരി (Miss World) മത്സരം. പെരുമയിൽ വിശ്വസുന്ദരിമത്സരത്തിനാണ് ലോകം ഒന്നാംസ്ഥാനം കൽപ്പിക്കുന്നത്. രണ്ടാം സ്ഥാനം ലോകസുന്ദരിമൽസരത്തിനും.

ഇന്ത്യയിൽ 'മിസ് ഇന്ത്യ' മത്സരത്തിൽ ഒന്നാംസ്ഥാനം ലഭിക്കുന്നയാളെ (Miss India - Universe)വിശ്വസുന്ദരി മത്സരത്തിലേക്കും രണ്ടാം സ്ഥാനക്കാരിയെ ലോകസുന്ദരി മത്സരത്തിലേക്കും (Miss India -World) അയക്കുകയാണ് പതിവ്.

ഉയരത്തിലുള്ള റെയിൽപ്പാത

ലോകത്തിലെ ഏറ്റവും ഉയരത്തിലുള്ള റെയിൽപ്പാത ഏതാണ്?

ചൈനയിലെ കിങ്ഹായ് പ്രവിശ്യയിൽനിന്ന് തിബത്തിലെ ലാസയിലേക്കുള്ള കിങ്ഹായ് – ക്സിസാങ് റെയിൽപ്പാതയിലാണ് (ക്വിങ്സാങ് റെയിൽവെ) ഇപ്പോൾ ലോകത്തിലെ ഏററവും ഉയരത്തിലുള്ള റെയിൽവെ പാളം. ഈ പാത താങ്കുലപാസിൽ എത്തുമ്പോൾ സമുദ്രനിരപ്പിൽ നിന്നും 5072 മീറ്റർ ഉയരത്തിലാണ് റെയിൽപ്പാളം. 2006 ജൂലൈയിലാണ് ഇതിൻെറ പണി പൂർത്തിയായത്.

ഇതിനെക്കാൾ 225 മീറ്റർ കുറവുള്ള പെറുവിലെ ആന്റസ് റെയിൽപ്പാതയായിരുന്നു അതുവരെ ലോകത്തിലെ ഏറ്റവും ഉയർന്ന റെയിൽപ്പാത.

ഹരിവരാസനം

ശബരിമലയിൽ യേശുദാസ് ആലപിച്ച 'ഹരിവരാസനം' എന്നു തുടങ്ങുന്ന ഗാനം എഴുതിയതാരാണ്?

കുംഭകുടി സുന്ദരം കുളത്തൂർ അയ്യർ പ്രസാധനം ചെയ്ത *ശാസ്താ സ്തുതി കീർത്തന* പുസ്തകത്തിലെ ഹരിവരാസനം എന്നു തുടങ്ങുന്ന 'ശ്രീ ഹരിഹരാത്മജാഷ്ടകം' ഏറെ പ്രശസ്തമാകുകയായിരുന്നു. ഈ പുസ്തകത്തിലെ എല്ലാ ഭജനകളും ശബരിമലയിൽ പാടിയിരുന്നെങ്കിലും ഏറ്റവും അവസാനത്തെ ഭജനയായ ഹരിവരാസനമാണ് എന്നും ശബരിമലയിൽ നട അടയ്ക്കുമ്പോൾ പാടുന്ന പതിവുവരെ എത്തി ഏറെ പ്രശസ്തമായത്. യേശുദാസ് പാടി റെക്കോഡ് ചെയ്യപ്പെട്ട ഗാനം കൂടിയായതോടെ ഇത് പിന്നെയും പ്രശസ്തിയിലേക്കുയർന്നു.

പീജിയൺ പോസ്റ്റ്

ഒറീസയിലെ പ്രാവ് തപാൽ (Pigeon Post) ഇപ്പോഴും നിലവിലുണ്ടോ?

അന്താരാഷ്ട്ര വാർത്താ ഏജൻസിയായ റോയിട്ടറിന്റെ ചരിത്രത്തിൽപ്പോലും പറയുന്നത് ഇതിന്റെ തുടക്കത്തിൽ സന്ദേശങ്ങൾ കൈമാറാൻ പരിശീലനം സിദ്ധിച്ച പ്രാവുകളെ ഉപയോഗിച്ചിട്ടുണ്ടെന്നാണ്. ബാഗ്ദാദിലും ഇങ്ങനെ ഉപയോഗിച്ചിട്ടുണ്ട്. ഒറീസയിൽ പ്രകൃതിക്ഷോഭത്തിൽ വാർത്താവിനിമയസംവിധാനം തകരാറായാൽ വിദൂരമേഖലകളിൽ പൊലീസിന്റെ സന്ദേശങ്ങൾ (കത്തുകൾ) എത്തിക്കാൻ പ്രത്യേകം പരിശീലിപ്പിച്ച പ്രാവുകളെ ഉപയോഗിക്കുമായിരുന്നു. രണ്ടാം ലോകയുദ്ധത്തിൻെറ അവസാനം ബെൽജിയത്തിൽനിന്നാണ് ഇത്തരം പ്രാവുകളെ കൊണ്ടുവന്നത്. ബ്രിട്ടീഷുകാർ പോയപ്പോൾ ഇവയെ ഇന്ത്യൻ ആർമിക്കു കൈമാറി. ആർമിയിൽനിന്ന് 40 പ്രാവുകളെ വാങ്ങിയാണ് ഒറീസ പൊലീസ് പീജിയൺ പോസ്റ്റ് സർവീസ് തുടങ്ങിയത്. ഇപ്പോൾ ഇ–മെയിലും മൊബൈൽ ഫോണും വന്നതോടെ പ്രാവുകളുടെ എണ്ണം കുറച്ചുകൊണ്ടുവന്നു. 1988 വരെ ഒറീസ പൊലീസ് വ്യാപകമായി ഈ സേവനം ഉപയോഗിച്ചിരുന്നു. 2002 ൽ ഇത് നിർത്തലാക്കാൻ നിർദേശം വന്നു. രണ്ടായിരത്തി അഞ്ചോടെ ഈ സർവീസ് നിർത്തിവച്ചിരിക്കയാണ്. ഏറ്റവുമൊടുവിൽ 800 സന്ദേശവാഹകപ്രാവുകൾ ഉണ്ടായിരുന്നു.

റോയൽ ഡിസീസ്

റോയൽ ഡിസീസ് എന്നറിയപ്പെടുന്ന രോഗമേതാണ്? അങ്ങനെ അറിയപ്പെടാൻ കാരണമെന്താണ്?

ഹീമോഫീലിയ (Haemophilia) എന്ന രോഗമാണ് റോയൽ ഡിസീസ് എന്നറിയപ്പെടുന്നത്. ശരീരഭാഗങ്ങളിലെ മുറിവിൽനിന്ന് രക്തം പുറത്തേക്കുവരുമ്പോൾ പെട്ടെന്നുതന്നെ അത് കട്ടപിടിക്കുകയും രക്

തമൊഴുക്ക് നിലയ്ക്കുകയുംചെയ്യുന്നതിനുള്ള കഴിവ് ശരീരത്തിന് നഷ്ടമാകുന്ന ഒരവസ്ഥയാണിത്. ശരീരത്തിൽ ആന്തരികമായി രക്തം ഒഴുകാനും ഇത് ഇടയാക്കാം.

ജനിതക കാരണങ്ങളാലോ മറ്റു തകരാറുകളാലോ ഇത് സംഭവിക്കാം. രക്തത്തിലെ പ്ലാസ്മയുടെ അംശം കുറയുന്നതുകൊണ്ടാണിത് സംഭവിക്കുന്നതെന്ന് വിദഗ്ധർ പറയുന്നു. ആദ്യകാലങ്ങളിൽ യൂറോപ്യൻ രാജകുടുംബങ്ങളിൽ പാരമ്പര്യമായി കണ്ട രോഗം എന്ന നിലയ്ക്കാണ് റോയൽ ഡിസീസ് എന്ന പേരുവന്നത്.

ആദ്യ മൊബൈൽ ഫോൺ വൈറസ്

ആദ്യ മൊബൈൽ ഫോൺ വൈറസ് ഏതാണ്?

2004 ൽ പ്രചരിച്ച കാബിർ (cabir) ആണ് ആദ്യ മൊബൈൽ ഫോൺ വൈറസ്.

ടൈപ്പ് റൈറ്റ് കീ ബോർഡ്

ടൈപ്പ്റൈറ്ററിന്റെയും കമ്പ്യൂട്ടറിന്റെയും കീ ബോർഡിൽ അക്ഷരങ്ങൾ ക്രമീകരിച്ചിരിക്കുന്നത് പ്രത്യേക രീതിയിലാണല്ലോ. എന്താണ് ഇങ്ങനെ ക്രമീകരിച്ചിരിക്കുന്നത്?

ടൈപ്പ്റൈറ്റർ, കമ്പ്യൂട്ടർ ഇംഗ്ലീഷ് കീ ബോർഡിന്റെ ക്രമീകരണത്തിന് ലോകമാകെ വിവിധ മാതൃകകൾ നിലവിലുണ്ട്. ആവർത്തിച്ച് ഉപയോഗിക്കേണ്ടിവരുന്ന വാക്കുകൾ ടൈപ്പ്ചെയ്യാൻ വിരലുകൾ അധികം ചലിപ്പിക്കേണ്ടിവരാത്ത രീതിയിൽ ഇത്തരം അക്ഷരങ്ങൾ ഓരോ വരിയിലും തന്നെ ക്രമീകരിച്ചിരിക്കുന്നു. ഉദാഹരണത്തിന് ഇംഗ്ലീഷ് ടൈപ്പ്റൈറ്ററുകളിലെ QWERTYPOIU, ASDFGHJKL മാതൃക. ജർമൻ കീബോർഡിൽ QWERTZ മാതൃകയാണ്. ഫ്രഞ്ച് ടൈപ്പ്റൈറ്ററുകളിൽ AZERTY എന്നു തുടങ്ങുന്ന വരിയാണ് ആദ്യം. ലാറ്റിൻ ടൈപ്പ് റൈറ്ററുകളിൽ QWERTY തന്നെ ചെറിയ മാറ്റങ്ങളോടെ ക്രമീകരിച്ചിരിക്കുന്നു. ഇതേക്കുറിച്ച് വിവിധ രാജ്യങ്ങളിൽ വിദഗ്ധർക്ക് വ്യത്യസ്ത അഭിപ്രായങ്ങളുണ്ട്.

പഴയ രീതിയിൽ ലോകവ്യാപകമായി ഏകീകൃത രൂപമൊന്നുമില്ലാതിരുന്ന കാലത്താണ് 1873-ൽ ഷോൾസ് ആൻഡ് ഗ്ലാഡൻ എന്ന ടൈപ്പ്റൈറ്റർ QWERTY മാതൃകയിൽ ഇംഗ്ലീഷ് കീ ബോർഡുമായി ഇറങ്ങുന്നത്. 1868ൽ ക്രിസ്റ്റഫർ ഷോൾസ് പേറ്റൻറ് എടുത്ത ഈ മാതൃക 1873 ൽ റെമിങ്ടൺ കമ്പനിക്കു കൈമാറുകയും '73ൽ ടൈപ്പ്റൈറ്ററിൽ ഉപയോഗിക്കുകയും ചെയ്തു. ടൈപ്പ്റൈറ്റിങ് മൽസരങ്ങളിൽ ഈ കീ ബോർഡ് ഉപയോഗിച്ചവർ വിജയിച്ചതോടെ ലോകവ്യാപകമായി പ്രചരിക്കപ്പെട്ടു. QWERTY യുടെ പോരായ്മകൾ പരിഹരിച്ച് ഇംഗ്ലീഷിൽതന്നെ 1936 ൽ വില്യം ഡീലെയും അഗസ്ത് ഡ്വ്റോക്ക് പേറ്റന്റെടുത്ത മാതൃകയും വന്നു. എങ്കിലും QWERTY ക്കു കോട്ടംവന്നില്ല. ഓരോ മനുഷ്യരുടെയും വ്യത്യസ്തമായ പരിശീലനവും എളുപ്പവും ഈ കീബോർഡുകൾ തുടരുന്നതിനും കാരണമായി.